NGỌC CƯỜNG

BÈO GIẠT

NGƯỜI VIỆT BOOKS

BÈO GIẠT

BÈO GIẠT
Ngọc Cường
Người Việt Books xuất bản lần thứ nhất tại Hoa Kỳ, 2014

Bìa và trình bày: Uyên Nguyên

ISBN: 978-1-62988-265-9

MỤC LỤC

LỜI MỞ

Bèo Giạt là một cuốn sách gồm nội dung những mảnh đời khá phong phú và đa dạng, được viết một cách có chủ ý chọn lọc, qua cuộc sống trải dài từ trên hai mươi năm ở xã hội Miền Nam Việt Nam cho đến những cảnh đời của lớp người Việt tỵ nạn di dân sang sinh sống tại Hoa Kỳ. Trong đó, tên của các nhân vật thỉnh thoảng được nhắc lại ở nhiều chỗ khác nhau nhưng nội dung suy nghĩ và cách thức gia nhập vào dòng sống của các nhận vật ấy thì không hề hoàn toàn giống nhau. Phải chăng tác giả gián tiếp cho người đọc chúng ta hiểu rằng đây là tác phẩm mà ông muốn diễn đạt những hoàn cảnh sống thật tiêu biểu của một dân tộc đang nỗ lực trải qua những dấu mốc lịch sử vô cùng gay cấn trên bước đường sống còn, nhưng lại được lọc lõi qua sự nhìn ngắm, những suy tư và hành xử theo chiều hướng của riêng tác giả?

Sử dụng qua nhiều thể loại như đoản văn, truyện ngắn, tùy bút, nhận định và kịch, Bèo Giạt có thể khiến cho người đọc chúng ta nghĩ là tác giả ý không muốn chúng ta sẽ dễ bị buồn nản khi cứ phải theo dõi những câu chuyện ông kể đơn thuần chỉ qua một thể văn. Có thể đây là một tập hợp bởi nhiều tác phẩm được sáng tác không chỉ trong một thời gian ngắn nào đó? Có thể tác giả đã viết ra ở từng đoạn đời khác biệt mà ông tự cảm thấy cần được thổ lộ về những mẫu người, những cảnh đời, những cách thế giải tỏa ngõ bí của đời sống, những suy tư thắc mắc của chính tác giả... , suốt chặng đường dài trên dưới sáu mươi năm mà tác giả lăn lộn với cuộc sống, trong những xã hội có nhiều yếu tố cấu tạo khác hẳn nhau? Thì những hình thức văn chương ông sáng tác cũng cần phải thích ứng với ý định diễn đạt nội dung mà tác giả muốn chọn?

Tuy nhiên, Bèo Giạt ít nhất cũng thể hiện được nét văn chương riêng của tác giả Ngọc Cường chứ? Ở đây không nên phổ diễn dài dòng, làm phiền hà và chia trí nhiều tới bạn đọc, tôi chỉ muốn nêu lên một đặc tính nổi bật nhất trong lối hành văn của tác giả: Với tổng cộng gần hai mươi tác phẩm gói ghém trong cuốn Bèo Giạt này, tác giả dù viết bằng hình thức văn vẻ nào đi nữa thì cái giọng văn thủ thỉ tâm tình bao giờ cũng hiển hiện ra một cách tự nhiên, bằng những từ ngữ thông dụng đơn giản và rõ rệt cụ thể, mang nhiều hồi tưởng mà lại ít ví von xa gần, nhưng nội dung diễn đạt không bao giờ thiếu chất lãng mạn và nhân hậu.

*

Lâu nay người ta thường nhắc đến một thắc mắc: Sự kiện 30 tháng Tư năm 1975 xẩy ra đã hệ trọng lớn lao đến như thế đối với dân Việt mà sao cho tới nay, chúng ta chưa có được một tác phẩm tầm vóc nào lột tả sự kiện này, cỡ như Truyện Kiều của Nguyễn Du (1766 - 1820), Chiến Tranh Và Hòa Bình của Leo Tolstoy (1828 - 1910) hay Gone With The Wind của Margaret Mitchell (1900 - 1949)?

Có người đã cho rằng 30 tháng Tư 75, cũng như sự kiện 20

tháng Bảy năm 1954, chỉ là những hậu quả của trên dưới hai thế kỷ trước đó mà người Việt chúng ta chứng tỏ đã mất phương hướng trong công cuộc phát triển và xây dựng, và cho đến bây giờ tình trạng này vẫn còn tiếp diễn.

Cũng có người lại nhận xét rằng một trong mấy yếu tố then chốt cấu tạo nên sắc thái văn chương Việt Nam là đã thường bị chi phối bởi nhu cầu luôn luôn cấp thiết của hoàn cảnh mà quá chú tâm đến sự sống còn của dân tộc.

Nếu nhận xét sau cùng này nhiều phần đúng thì Bèo Giạt là một trong rất nhiều tác phẩm văn chương - nghệ thuật Việt lâu nay đã và đang đóng góp vào nỗ lực vạch rõ ra cái sức sống mãnh liệt của những con người gốc Việt cố gắng vươn lên để đạt cho được cái hướng trường tồn của dân tộc.

Phạm Quốc Bảo

TRI ÂN

Chúng tôi xin chân thành cảm tạ:

- Nhà văn Phạm Quốc-Bảo đã duyệt và hoàn chỉnh bản thảo, hơn nữa, còn giúp đỡ sự hình thành Tuyển Tập này.

- Nhà văn Tường-Hùng và Nguyễn Tường-Thiết, cùng các anh, chị trong gia đình, từ lâu, hết lòng khuyến khích và nâng đỡ tôi trong việc viết văn.

- Ca sĩ Trần Lãng Minh với ý kiến đưa các bài cũ, lúc còn niên thiếu, đăng trong Phần Phụ-Lục.

- Người bạn đời Nông Bích-Điệp và các con Bích-Như, Bích-Chi, Bích-Đoan và Bích-Hiền đã luôn thăm hỏi, khích lệ và tin tưởng vào khả năng của tôi.

Không có những giúp đỡ nêu trên, tôi tin là không thể có tác phẩm này.

Ngọc-Cường

PHẦN I
TRUYỆN NGẮN

HƯƠNG DẠ LAN

Để tặng NBĐ, người tôi yêu.

Chiếc phi cơ quân sự C - 130 đáp xuống phi trường Tân Sơn Nhất thì đã hơn sáu giờ chiều. Thành vội với lấy xe ôm về nhà. Ra khỏi cổng trại Phi - Long, chiếc xe Honda chạy băng qua Lăng Cha Cả rồi rẽ về phía Bộ Tổng Tham Mưu để hướng đi Gia - Định.

Xe đang lao nhanh qua đường phố chớm lên đèn. Ngồi sau, Thành nắm chặt một tay vào yên xe để khỏi ngã, còn tay kia ghì vào ba - lô. Hôm nay là ngày gần Tết. Cảnh tượng hai bên đường nhộn nhịp hơn hẳn cách đây hai tuần khi chàng lên đường ra Đà - Nẵng trong chuyến công tác cuối năm của đơn vị.

Một cơn gió mát chợt tạt qua mặt, Thành đưa tay lên giữ vành nón lưỡi trai. Chàng ngước nhìn lên cao, bầu trời thấp như chìm xuống mặt đất và phủ lên bởi một màn mây trắng nổi gợn sóng như từng cuốn bông gòn khổng lồ ai treo lơ lửng một cách yên lặng; một sự yên tĩnh khác hẳn với vẻ náo nhiệt ở mặt dưới đất khiến Thành nghĩ miên man... và có cảm giác mơ hồ là đã chứng kiến cái cảnh tượng này một lần rồi... Hình như, vào cái thời xa xôi nào đó, đã rất lâu, khi chàng còn nhỏ, cũng đứng nhìn những đám mây trên một bầu trời giống như chiều nay... Những đám mây cũng đã làm xao xuyến thằng bé mồ côi, mà chiều chiều ra sân sau nhà cô đơn nhìn mây trôi...

Trong cuộc sống, chàng đã từng trải qua cái cảm giác khi đứng trước một cảnh vật, hay khi gặp một người lạ mà tưởng như đã gặp rồi, đã xảy ra cho mình rồi, và nay đã gặp lại... ; nhưng không nhớ rõ cho lắm... Tất cả chỉ mơ hồ, như chỉ hiện diện trong một cơn mộng, một đoạn phim nào đó mà mình đã có lần được xem qua...

Hai bên đường, cảnh hàng chợ Tết đang được bày ra tấp nập. Xem như ai trên đường cũng có vẻ vội vã. Họ qua lại... , và xe cộ chạy ào ào như tâm trạng của Thành lúc này là chỉ muốn mong về nhà cho sớm... Cảnh vật cuối năm, cái không khí tưng bừng của mấy ngày tất niên năm nào đang mang đến cho chàng một cảm giác xao xuyến mông lung, nó đượm cái háo hức... nhưng cũng chớm một thoáng buồn nhẹ nhàng như một cơn gió thoảng qua.

*

Bất giác, Thành mỉm cười khi chợt nghĩ đến Dung, người vợ mới cưới và đang mang bầu của chàng: Dung sẽ ngạc nhiên và vui mừng biết bao khi nhìn thấy chàng bước vào nhà một cách bất ngờ. Đáng lẽ giờ này chàng phải ở Đà - Nẵng cho đến qua Tết mới được về.

Hai ngày trước đây, lúc còn ở Đà - Nẵng, buổi sáng khi vào trình diện Bộ Tư - Lệnh Quân Đoàn I như mọi khi cùng phái đoàn đi công tác thì Trung Tá Đức, ông trưởng đoàn của chàng, gọi lại và nói: "Tôi biết vợ cậu sắp sanh, thôi đặc biệt lần này tôi cho cậu về Sài gòn ăn Tết. Cậu cầm Sự Vụ Lệnh qua bên Không Quân xin máy bay ngay đi. Qua Tết sẽ đi làm lại. " Thành rất ngạc nhiên và sững sờ và không biết nói gì ngoài mấy lời cám ơn ông. Chàng ngạc nhiên vì ông Đức nổi tiếng là một đơn vị trưởng khó đến độ đã mang tiếng là hắc ám. Thành tự nhủ: Trong Quân Đội, có khi làm dưới quyền một ông xếp mang tiếng là khó mà bất ngờ lại được vài đặc ân nho nhỏ chăng?...

Chiếc xe ôm đột nhiên phóng nhanh khi băng qua đường Chi - Lăng. Thành nghĩ thầm, cũng như mình, có lẽ anh tài xe ôm muốn đi gấp để còn về nhà vui Tết với gia đình? Và Thành nhớ lại: mấy anh lính Không Quân này chắc cũng nghèo và cần kiếm thêm chút tiền nuôi vợ con nên khi phi cơ đáp xuống tới bến, chàng thấy rất nhiều xe ôm đang chờ sẵn ở khu bãi đáp. Cái cảnh này khác hẳn bên phía phi trường dân sự: phía đó thì có cả dẫy xe hơi bóng loáng đi đón khách hàng sang trọng...

Thành đã từng chạm trán với thực tế đời lính khi vào một hôm, có việc tạt qua trại gia binh để kiếm anh lính dưới quyền, chàng sững sờ khi thấy căn nhà của gia đình anh ta chỉ gồm một cái mái tôn dựa vào bức tường nhà của một sĩ quan cao cấp bao bọc bởi vài tấm ván gỗ. Trong nhà chỉ sơ sài có một cái giường liền với cái tủ nhỏ cũ kĩ...

Thành càng thấu hiểu cái nghèo và thiếu thốn của đời lính: Khi lấy vợ, đồng lương Trung Úy của chàng đã không đủ nuôi gia đình. Rất may cho Thành là sau đó, cha mẹ Dung lại muốn hai đứa về ở chung nhà. Thế là chàng đã về ở nhà Dung. Bạn của Thành đã từng đùa chàng bằng câu: "Kẻ ở rể thì cũng như một con chó nằm gầm trạn mà thôi. "

*

Thành và Dung quen nhau đã hai năm nay. Lần đầu tiên

hai đứa gặp nhau là ở nhà cô bạn của Dung, và cũng là em gái một người làm chung đơn vị với Thành. Tình cờ gặp nhau, Thành chú ý ngay đến đôi mắt to và đen của Dung. Ở Dung toát ra một vẻ sinh động và tươi mát của người con gái tràn đầy nhựa sống, như một bông hoa sơ khai chớm nở vào một buổi sáng mùa xuân.

Sau khi được giới thiệu và có lẽ nhờ có sự khuyến khích ngầm của người bạn của mình, Dung xem ra cũng có cảm tình với Thành... Chàng chưa bao giờ quên được cái buổi gặp gỡ đầu tiên đó, y hệt như câu thơ của một chàng thi sĩ tiền chiến: "Cái thủa ban đầu lưu luyến ấy... " Nhưng chàng nhớ mãi chính là đôi mắt của Dung và cái vẻ ngây thơ của nàng, như một cái gì khó tả được. Phải chăng đó là sự trong sáng của tâm hồn nàng? Với nước da trắng và thân hình tròn trĩnh, Dung vừa mang một vẻ ngây thơ, vừa đồng thời cũng toát ra một chút xa lạ, như một bức tường vô hình ngăn cách nàng với Thành. Chàng thắc mắc là cái gì đó ở Dung đã thu hút chàng: cái vẻ dịu dàng mà lại bí ẩn như một kho tàng đang được dấu kỹ... Rồi dần dần, chàng đến nhà Dung thường xuyên. Mối tình hai đứa càng ngày càng nảy nở, sâu đậm. Nhưng có điều là cái dáng vẻ bí ẩn của Dung vẫn còn nguyên đó. Thành biết Dung cũng yêu chàng, nhưng đối với Thành, chàng luôn tự hỏi: Như vậy có đúng là tình yêu... hay còn là cái gì khác nữa? Hay tất cả chỉ là do một xúc cảm mãnh liệt tồn tại mãi mãi, khiến Thành cứ phải suy nghĩ mông lung?

Rồi cứ thế... vào nhiều buổi tối, sau bữa cơm chiều, Thành thường hẹn Dung ở ngoài ngõ, bên cạnh một hàng rào dâm bụt. Ngõ hẻm nhà Dung tuy nhỏ mà vắng vẻ và yên tĩnh, dù bên trái ngõ là phía trước nhà nàng nhưng bên phải kia chỉ là những bức tường dâm bụt phía sau của một dãy căn nhà khác. Gặp nhau, Thành nói nhiều hơn... , mặc dù cả hai đều đã trao đổi với nhau đủ thứ chuyện.

Gần Dung, chàng thấy hứng khởi và nô nức như đứa trẻ

được quà. Nhưng cũng có đôi lúc chàng cảm thấy bứt rứt vì một chuyện không đâu. Nhiều đêm, khi đã khuya, chỉ còn hai đứa với nhau trong bóng tối, bên hàng rào dâm bụt, Thành luôn thấy hớn hở trong lòng, ước gì trên thế gian này chỉ còn có hai đứa, chẳng còn chiến tranh, không còn giàu nghèo hay đau khổ gì nữa... Có một đêm, tự nhiên hương thơm của hoa dạ lan ở đâu đó lan tỏa ra dịu dàng, ngạt ngào, Thành có cảm tưởng như mùi thơm ấy từ từ quyện lấy cả thân thể chàng và đưa chàng vào một cõi mơ hồ thần tiên nào đó...

Có thể, Thành đã yêu cái tình yêu mà mình đã tạo ra, hơn là yêu chính Dung... Và khi mối tình của hai đứa đã không xảy ra giống như chàng đã mường tượng trong tâm trí mình. Thành trở nên ray rứt đến dằn vặt: Hay cũng có thể chính nội tâm của chàng đã đến hồi xung đột gay gắt giữa tình cảm và lý trí... Một hôm, Thành thấy rằng, nếu mình không có ý định cưới Dung thì có lẽ chàng nên phải ngưng gặp nàng, để cho Dung cơ hội khác... Đêm đó, Thành lấy can đảm nói với Dung: "Anh thấy là chúng mình gặp nhau mà không đi đến đâu... Hay là anh tạm không đến nhà em một thời gian xem sao... " Thành hồi hộp lén nhìn phản ứng của Dung và thấy nàng vẫn yên lặng, không lộ một vẻ gì buồn bã. Nhưng trong ánh mắt Dung có vẻ gì khác lạ. Thành tự nghĩ: Sao Dung không khóc hay nói một điều gì đấy? Bởi vì nếu Dung thể hiện như vậy thì chàng sẽ đổi ý ngay... Nhưng không, tất cả chỉ là một tình trạng yên lặng kéo dài... Thành đã vội phóng xe về nhà và, không buồn thay quần áo, nằm vật xuống giường mà nghĩ đến Dung. Chàng thấy tim mình đập mạnh: Chàng cảm thấy ray rứt, hồi hộp. Đầu óc chàng quay cuồng. Và một cảm giác buồn bã xâm chiếm khiến như chàng đang đánh mất đi một vật gì vô cùng quý giá. Hình ảnh đôi mắt của Dung cứ ám ảnh chàng. Rồi Thành tưởng tượng ra đến buổi chiều mai, khi tan sở, Dung sẽ không thấy chàng đón; và rồi sẽ không có ai đưa nàng về nhà, Dung sẽ phải đi bộ một mình. Dung sẽ không còn nụ cười tươi tắn trên môi như hàng ngày khi gặp Thành đến đón... Đột nhiên chàng thấy mình đang chảy nước mắt. Và lập tức, Thành ra xe phóng đến nhà Dung... Chỉ ít lâu sau chàng cưới Dung; và nay thì chàng lại sắp có đứa con đầu lòng...

*

Chiếc xe ôm đã vừa chạy qua chợ Bà Chiểu và sắp đến ngõ nhà Dung. Bên cạnh chợ, những dẫy hàng quán Tết đã mở lan ra bên đường và kéo dài đến rạp cinê Cao Đồng Hưng. Thành thấy lòng mình nôn nao, hồi hộp nghĩ đến Dung. Chàng mường tượng ra cảnh Dung chạy ra ngõ đón mình, và hai đứa ôm nhau say đắm như trong một đoạn trong phim Zhivago hai đứa mới xem...

Khi xe rẽ vào ngõ thì đột nhiên Thành kêu ngừng lại cho chàng xuống. Thành muốn đi bộ một quãng trong hẻm để về nhà. Trời đã nhá nhem tối và quãng đường này vắng vẻ. Khi tới trước cửa nhà, chàng không thấy có ai. Băng qua phòng khách, chàng dừng lại ở cửa bếp và thấy Dung đang ngồi nhặt rau. Nàng vừa ngước nhìn lên. Và trong bầu không gian nhá nhem tối, Thành chỉ thấy rõ đôi mắt đen của Dung. Dừng tay, nàng khẽ reo lên: "anh đã về"...

Một niềm vui nhẹ nhàng len lén xâm chiếm Thành. Và cũng không biết từ đâu đến, một hương thơm nhẹ nhàng của hoa dạ lan đã tỏa rộng trong không gian. Thành nhìn vào đôi mắt to của Dung... Và hình như nàng đang mỉm cười lại với chàng.

BUỔI TRƯA HÈ

Để tặng những người mất mẹ sớm.

S ài - Gòn mùa hè năm 1953.

Sau bữa cơm trưa, gia đình ông Thọ đều đi nghỉ, mặt trời đã đúng Ngọ và ngoài đường nắng gay gắt. Trong một phòng ngủ, cửa sổ được đóng kín để che nóng, hai chị em Hiền và Hồng đang nằm chung trên một chiếc giường trải chiếu hoa. Sau một chốc lát nghĩ đến Đức có thể đến thăm mình, Hiền nhẹ nhàng ngồi dậy, ra khỏi giường, cố tránh gây tiếng động để cho em ngủ yên. Nàng đến ngồi bên chiếc bàn phấn nhỏ kê ở một góc phòng rồi kéo tủ lấy ra chiếc lược chải tóc. Nhìn vào trong gương, Hiền thấy vui trong lòng khi nhận thấy nét mặt của mình cũng tao nhã, mũi cao với đôi mắt to và đen; nàng tự cho mình là đẹp và có duyên, trông mình sang trọng mặc dầu cũng không rõ tại sao mình nghĩ như vậy. Nàng liếc nhìn và thấy Hồng bắt đầu ngáy khe khẽ và miệng đang hé mở. Nàng mỉm cười khi nghĩ lại cả ngày hôm nay: Hồng cứ lon ton đi theo nàng không dứt như là cái đuôi của mình. Nàng thấy thương Hồng và các em vì do mất mẹ sớm mà chịu cảnh côi cút; và bây giờ thì còn phải đối phó với người dì ghẻ mới. Ba đứa em trai thì đang ở phòng khách bên cạnh, có lẽ chúng nó cũng đang ngủ. Nàng chợt nghĩ đến Minh, đứa út đang bị ốm và hôm qua lên cơn suyễn nặng, làm cả nhà hốt hoảng. Nàng nhớ đến lời hứa của Đức là sẽ đến thăm bệnh cho Minh trưa nay và có thể mang theo ông thầy người Pháp vì chàng chỉ mới học năm thứ ba trường thuốc. Bởi vậy nàng dậy để trang điểm và chờ Đức đến, nhưng không biết chắc chàng ta có đến được hay không...

*

Tự nhiên Hiền nhớ đến kỷ niệm xa xưa ở Hà - Nội. Nàng có ý nghĩ so sánh Đức với Dũng, người bạn trai đã quen lâu với gia đình nàng ở ngoài Bắc. Dũng mới học xong cử nhân Luật và theo đuổi Hiền đã lâu, nàng thấy Dũng đẹp trai và thông mình, nhưng chàng ta láu cá và trác táng nên Hiền đâm ra sợ cho tương lai, nếu nàng quyết định đồng ý lấy Dũng... Nàng mơ màng nhớ đến và tiếc nuối ngày xưa ở Hà - Nội khi mẹ còn sống, cuộc đời lúc đó hạnh phúc và êm đềm, tất cả đều tan biến và thay đổi khi mẹ nàng đột ngột mất vì bệnh lao cách đây sáu năm; trong khi đó ông Thọ còn kẹt ở vùng xôi đậu chưa về Hà - Nội được. Nàng nhớ đến mẹ và thương cho chính mình và bầy em, nàng không thể nào quên những ngày cuối cùng sống bên mẹ...

Hiền vừa cho Minh, đứa em mới được bốn tháng - bú sữa xong, và thằng bé đang ngủ trên cánh tay mình thì người u già ở trên gác xuống nói với Hiền là bà Thọ, mẹ của nàng, muốn đưa em cho bà xem. Nàng vội bế Minh lên lầu và khi mở cửa bước vào căn buồng rộng, ở giữa có kê một cái giường sắt to, trên đó bà Thọ đang nằm một mình. Căn bệnh lao đã làm cho cơ thể bà chỉ còn da bọc xương, cái giường đã lớn lại càng trông rộng thêm hơn. Đây là phòng lớn của một căn nhà hai tầng lầu ở trong khu phố Tây của Hà - Nội. Bà Thọ nằm dựa vào hai cái gối, trông dáng mệt mỏi. Bà thở khó khăn và nói phều phào, vừa vỗ nhẹ cánh tay lên giường bên cạnh chỗ mình nằm vừa nói nhỏ nhẹ: "Con để em bên cạnh mợ. " Bà cố nhích người để chỗ cho đứa bé nằm nhưng không còn đủ sức nữa. Đứa bé được quấn kín bởi nhiều lớp chăn chỉ để lộ cái đầu nhỏ và đỏ hỏn, nó trông ngộ nghĩnh và nằm yên ngủ như cảm nhận được hơi ấm của người mẹ. Bà nhìn thằng bé bằng cặp mắt to và mơ màng, trên khuôn mặt chỉ còn da với xương, hai bên gò má nhô lên cao. Trên người đắp cái chăn dạ rộng, trông thân hình bà gầy ốm mỏng dính như dán vào chiếc chiếu. Đột nhiên bà trổi lên tiếng ho khô khan, mặc dầu nhỏ và yếu ớt, nhưng cũng làm thằng bé mở mắt ra nhìn quanh quẩn rồi òa lên khóc. Hiền đến bên giường ngồi cạnh bên thì thấy hai giòng nước mắt chảy dài trên gò má của mẹ...

Sáng sớm ngày hôm sau, khi mở cửa vào đưa cháo cho mẹ thì Hiền thấy bà đã tắt thở: Cái đầu vắt vẻo một bên chồng gối, hai con mắt còn hé mở. Nàng vội đặt cái khay trên giường và nắm lấy tay mẹ, cánh tay đã cứng và lạnh. Nàng thấy tim mình đập nhanh và mạnh, đầu óc quay cuồng... nhưng lạ thay, nàng cảm thấy một nỗi sợ hãi và trống trải kinh khủng hơn là buồn. Nàng ngồi nhìn mẹ lúc lâu, không biết phải làm gì thì cũng vừa lúc đó, người u già đi vào, đột nhiên nước mắt cứ tuôn ra, nàng úp mặt xuống giường khóc nức nở. Ở góc buồng, U già cũng đang sụt sùi khe khẽ... Năm đó bà Thọ mới bốn mươi hai tuổi.

Chỉ ít lâu sau ông Thọ về đến Hà - Nội. Biết vợ mình đã qua đời ông khóc thảm thiết... nhưng vì sự khuyên bảo và gả gấm của bà nội Hiền, ông tục huyền để có người chăm lo đàn con nhỏ. Ba năm sau, ông bị đổi vào Nam và đưa gia đình xuống Sài - Gòn sinh sống...

*

Thằng bé thức giấc và nghe thấy tiếng quạt máy trên trần nhà quay đều đều, nó mở mắt và thấy vương vướng: Một mắt bên phải bị sưng to và căng cứng khiến nó không nhìn qua được, đang sợ thì nó lại mừng vì mắt bên trái có thể hé được một chút, cũng đủ để nhìn cảnh vật trong phòng. Minh nhớ đến cơn suyễn hôm qua: Cứ mỗi tháng là nó đều bị một cơn hen hoành hành. Bà dì ghẻ nói là nó bị hen suyễn sữa và lên cơn tùy theo con trăng hàng tháng, nó sẽ khỏi bệnh khi lớn lên và có một lần nó nghe lén bà nói với gia đình là có cách chữa mẹo bệnh suyễn rất hay là phải nuốt chửng một con thằn lằn đang còn sống!

Với trí khôn non nớt của một đứa bé sáu tuổi, khi nghe vậy nó sợ phát khiếp, cứ lo nay náy không biết bao giờ sẽ bị bà bắt nó nuốt chửng con thằn lằn...

Nó rất mừng là ngày hôm qua anh Đức đã đến và cho thuốc uống; nhưng không biết sao, đêm qua cơn suyễn không giảm mà còn lên một trận khó thở rồi mắt bắt đầu sưng từ từ rồi nổi vù lên. Tự nhiên, nó bắt đầu sợ nếu mắt bên trái cứ còn sưng thêm thì sẽ bị mù không còn nhìn thấy gì nữa. Cùng lúc đó nó lại cảm thấy dễ chịu và dễ thở hơn sáng nay, mũi không còn nghẹt và cơn sốt cũng xuống. Thấy hơi đói rồi nhìn trên bàn nhỏ kê bên cạnh giường có để một gói bánh Lu, nó với lấy cái bánh bích - quy cắn nhẹ vào góc rồi nhai từ từ... Nó thích nhất ăn bốn cái gốc cạnh trước vì thơm và dòn hơn là phần ở giữa cái bánh. Minh cũng thấy hơi khó hiểu là tại sao bà dì ghẻ của nó bảo rằng chỉ khi nào bị ốm nặng nó mới được ăn cái bánh này: Nhưng lúc ốm thì ăn chẳng ngon gì, và rồi khi khỏi bệnh thì không còn được cho ăn nữa! Bây giờ chỉ có một mình nó nằm trên chiếc phản gỗ kê ở một góc gần cửa sổ. Thường vào buổi trưa tất cả cửa sổ đều được đóng kín để che nắng hắt vào, đây là phòng ăn khá rộng, ở giữa là cái bàn ăn dài, mọi ngày vẫn có hai người anh nằm ngủ trưa chung, nhưng không biết giờ này các anh đã đi đâu, có lẽ chạy chơi bên nhà hàng xóm.

Trong cái cảnh tranh tối, tranh sáng của căn phòng, tiếng chiếc quạt trần vẫn kêu đều đều. Cảm thấy hơi nóng, Minh kéo cái chăn ra... nhưng rồi nghĩ sao nó lại đắp lại ngay vì nhớ đến là chị nó vẫn nói đã ốm thì phải đắp chăn cho chóng khỏi...

Phá tan cái yên tĩnh của buổi trưa hè, từ ngoài đường vọng lên tiếng rao kéo dài và ngân nga của bà bán chè quen thuộc: "ai... chè... bột khoai... nước dừa... không... " Cứ vào quãng giờ này là bà bán chè hay ghé đến xóm và ngồi dưới bóng mát phía sau căn nhà hai tầng. Minh và Toàn, đứa bạn thân ở nhà dưới, vẫn được ăn chè của bà. Thường thì hai đứa đang vui chơi thì bà bán chè đến. Nghe được tiếng rao của bà, nhiều người trong xóm ra mua. Họ hay ngồi quay quần bên gánh chè vừa ăn vừa nói chuyện hoặc họ mang về nhà ăn. Bà mẹ của Toàn cũng hay mua chè cho hai đứa ăn. Lần đầu tiên Minh để ý đến cách lo lắng của mẹ Toàn đối với nó, khác hẳn cuộc sống cô đơn của mình: Đôi khi đang chơi vui với nhau thì bà ra và bắt Toàn về nhà nghỉ, để lại một mình nó bơ vơ. Nó đành lững thững lên nhà, không biết làm gì và có ai để chơi cùng...

Nó nằm nghĩ lung tung, rồi tự nhiên nó mong cho anh Đức đến để khám bệnh và cho thuốc nữa. Nó vẫn thường mong chờ xem có ai, nhất là ba nó, đến bên nó hỏi han... nhưng không bao giờ ông đến cả. Nó cảm thấy buồn và cô đơn. Nó luôn mong có một người nào đó, bất cứ ai trong nhà này cũng được, đến một cách âu yếm, như mẹ của thằng Toàn. Tự nhiên nó thấy nước mắt tràn ra trên má...

*

Hiền chải đầu xong rồi mở tủ chọn cái áo cánh trắng mặc vào. Nàng nghĩ, có thể Đức đến vào lúc này nên mở cửa bước qua phòng ăn. Minh nghe thấy tiếng của mở nhưng vẫn nằm yên và nhắm mắt, vì nó biết mở mắt cũng chẳng thấy được gì hơn... mà còn cảm giác vương vướng và đau ở bên mắt phải. Hiền đến bên chiếc phản, dừng lại xem thấy bát cháo vẫn còn đầy, riêng gói bánh bích - quy thì đã mở ra và xem chừng thằng bé đã ăn được vài cái. Hiền lấy tay sờ trán em và nói lẩm bẩm một mình: "Đầu mát rồi... cũng đỡ lo... " Nàng dọn lại đồ ăn và thuốc men trên cái bàn nhỏ bên cạnh phản, mỉm cười nhìn em rồi bước qua phòng khách.

Trên trần nhà, tiếng quạt máy vẫn quay đều đều. Minh nằm yên, nghe ngóng: Tất cả vẫn yên tĩnh trong cái êm ả của buổi trưa hè. Lần đầu tiên, nó cảm thấy dễ chịu và biết rằng cơn bệnh nặng đã qua rồi.

BÊN GIÒNG SÔNG OISE ÊM ĐỀM

Chuyến bay của Chương tới phi trường Charles de Gaulle sớm hơn dự trù: lấy va - ly xong, chàng bỏ lên xe đẩy qua chỗ nhà đoan. Có mấy nhân viên đang đứng tấn gẫu, thấy Chương họ ngoắc tay cho đi qua. Mỗi năm, khi đi từ Mỹ qua Pháp, Chương chưa bao giờ bị khám hành lý, hình như nhà đoan Tây tin tưởng vào du khách đến từ Hoa - Kỳ chăng? Đinh ninh sẽ phải đợi Tân nên Chương kiếm chỗ ngồi chờ. Từ khi mấy đứa con đi học xa, Chương có thì giờ đi qua Pháp chơi và luôn thể thăm người anh. Nhưng sau vài lần đi chơi quanh Paris đã chán, và người anh cũng lớn tuổi, không còn năng nổ đi chơi xa ra ngoài nơi mà trên nửa thế kỷ trước vẫn từng được mệnh danh là kinh đô ánh sáng của thế giới, thì cũng đúng lúc may mắn qua phôn tay Chương bắt liên lạc được với Tân, một người bạn tù xa cách rất lâu và lần này Tân đề nghị ra đón chàng về nhà Tân ở Compiègne vài ngày.

Trước chiến tranh, Chương và Tân phục vụ cùng một đơn vị ở Sài - Gòn nhưng không biết nhau. Do định mệnh xui khiến, hai người lại ở chung một Đội khi bị đi tù ở Long Giao rồi ra Bắc. Trong thời gian dài này, họ quen nhau và có nhiều kỷ niệm vui buồn khó quên. Nhưng rồi, sau nhiều năm bị giam cầm, người nọ lại được tha trước người kia nên khi Tân về đến Sài - Gòn thì Chương đã vượt biên qua Mỹ. Trong khi đó Tân sau vài năm sống lây lất không có tương lai rồi cũng vượt biên, và lọt sang Pháp vì gia đình anh có người nhà sang đây đã lâu. Thế là mỗi người sống một nơi, hai bên bờ Đại Tây Dương. Cả gần ba mươi năm sau họ mới bắt liên lạc lại được và nói chuyện với nhau qua điện thoại, và hôm nay là ngày tái hợp lần đầu.

Chưa kịp ngồi xuống ghế ngoài trạm chờ, Chương để ý thấy Tân đang đứng nhìn về phía cổng chỗ hành khách ra, hai người chỉ cách nhau hai chục thước. Tân có khuôn mặt chữ điền và cái mũi cao và hơi to, trông như một ông Tây lai hay là một anh đàn ông người xứ Bắc Phi. Trong một thoáng qua, Chương biết Tân chưa nhận ra được mình; còn Tân thì trong tuy già đi và mập ra, nhưng khuôn mặt vẫn không thay đổi: Nụ cười tươi, tuy mái tóc đã ngả bạc và thưa thớt, người trông rắn chắc và khỏe mạnh. Thích thú, Chương hô to lên:

- Ê Tân!

Tân hơi giật mình:

- À Chương! Sao chuyến bay có mệt không?

Hai người bắt tay nhau:

- Máy bay đến sớm, tớ tưởng cậu chưa ra đón. Máy bay rời phi trường Dulles đêm qua, tớ ngủ một giấc là tới rồi.

Tân đỡ lấy cái xách tay cho Chương:

- Nhà mình ở cách đây nửa tiếng thôi. Xe đậu ngay dưới

nhà. Thôi mình đi nhé. Về nhà tớ nghỉ ngơi hôm nay rồi ngày mai đi Paris chơi rồi cậu ghé thăm người anh luôn.

Ra đến xa lộ thì đã hơn chín giờ sáng. Tân vừa lái xe vừa nói chuyện huyên thuyên. Vui mừng gặp lại bạn cũ, chàng dễ dàng cởi mở tấm lòng vì vốn coi người bạn tù như Chương là thân thiết. Tân cho biết là Mai, vợ chàng, đã sửa soạn sẵn bữa trưa, rồi sau đó sẽ có chương trình đưa Chương đi coi một vòng thành phố. Chàng quay đầu qua phía Chương:

- Tối nay chúng mình ở nhà để có thời giờ nói chuyện cũ cho đã nghe ông bạn. Cũng đã trên hai mươi năm bọn mình mới gặp lại nhau đó chớ!

Chiếc xe của Tân vừa nhỏ vừa cũ kỹ phóng nhanh trên xa lộ. Trên cao, bầu trời tháng mười mây nhiều nhưng hôm nay lại không lạnh. Chương quay cửa kính xe hé xuống, không khí mát tạt vào mặt khiến chàng thấy dễ chịu và đột nhiên hơi buồn ngủ - có lẽ vì đêm qua trên máy bay chàng không ngủ được đã giấc - Chương ngả người rồi lim dim mắt: cảnh hai bên đường bắt đầu thưa thớt nhà rồi qua đến cánh đồng trồng toàn củ cải đường dài thẳng tắp, xa xa có vài ngôi nhà nằm chơ vơ một mình, lâu lâu có con đường đá quanh co dẫn lên một làng quê ở đó nhiều căn nhà gạch xây kiên cố, mái bằng đá màu xám bu quanh một ngôi nhà thờ cổ kính với tháp chuông cao. Cảnh trí êm đềm và phẳng lặng khiến Chương nhớ đến những căn villa ở Đà - Lạt năm xưa lúc thanh bình. Ở Pháp nhà nào cũng xây bằng gạch, mái bằng ngói, trông kiên cố và lâu đời như được truyền từ thế hệ cha ông đến cho con cháu; người dân hình như đã sinh sống lâu lắm, có lẽ cả mấy trăm năm ở dưới một mái nhà nên không gian ở đây có một vẻ yên lặng đến tĩnh mịch; thời gian làm như đã ngừng hẳn lại, cách biệt với thế giới văn minh và sôi động khác.

Compiègne là một thành phố nằm 80 cây số về phía Bắc của Paris, không đông du khách và là một tỉnh nhỏ điển hình của Pháp: thị xã có khoảng vài chục ngàn dân cư nằm bên sông Oise chảy êm đềm giữa hai hàng cây cao. Đâm xuyên qua thành phố là đường xe hỏa đi lên phía Bắc tới Amiens, còn đi về miền Nam là thủ đô của Pháp. Ở ven rừng Compiègne, trên một chiếc toa xe lửa, mà nay được dùng làm bảo tàng cho du khách viếng, đã xảy ra hai lần Pháp và Đức ký hòa ước ngưng bắn hồi hai thế chiến ở nửa đầu thế kỷ 20 vừa qua. Thị xã nằm cả hai bên sông nối với nhau bằng chiếc cầu bằng đá, có lẽ đã xây từ lâu. Tại trung tâm thi xã, chỉ có cửa hàng nho nhỏ như ở Sài - Gòn năm xưa, ngày thường thì vắng vẻ và mấy mụ đầm bán hàng, già có, trẻ có, ra đứng hút thuốc lá trước cửa hàng hay ngáp dài chờ khách. Phố phường ngày thường vắng vẻ và buồn chán, như một người lúc nào cũng còn đang ngái ngủ, chưa tỉnh hẳn sau một đêm dài mệt mỏi. Tuy vậy, mặt khác, cũng như khắp nước Pháp, ở đây có vài tiệm ăn nhỏ và ấm cúng đặc biệt dọc bên bờ sông, có thực đơn giản dị và giá phải chăng, món ăn rất ngon miệng mà thường là không tiện nấu được ở nhà như vịt nấu cam, cá chiên bơ... v. v. Dân Tây hầu như ở đâu cũng ăn ngon và sống lè phè như cuộc sống người Việt mình lúc xưa. Nhưng rồi, đâu đó, lại nảy ra vài tiệm Tàu, loại ăn tha hồ, giá lại rẻ, mà lạ thay, đông khách; nhất là buổi trưa ngày chủ nhật, sau lễ nhà thờ, phố xá ngày đó lại rộn ràng hẳn lên, như có luồng sinh khí mới đột nhiên thổi qua đánh thức giấc ngủ của Compiègne. Cách xa một chút, chỉ ra ngoài trung tâm thị xã độ vài cây số, là nhiều nhà cao tầng dành cho người lao động, thu nhập thấp, già yếu hay thất nghiệp gom lại thành từng khu, cùng một loại nhà giống nhau nằm nấp sau khu đậu xe và mấy sân chơi của trẻ em có cây cối um tùm bao quanh. Cuộc sống ở đây yên tĩnh, dân Tây không nghèo nhưng cũng không khang trang hẳn như dân Mỹ, họ quen thích cuộc sống êm đềm, cạnh giòng nước sông Oise chảy lặng lẽ từ bao ngàn năm nay. Bây giờ lại có thêm số ty nạn từ các nước đến, trong số đó có người Việt - Nam...

Tới bãi đậu xe của chung cư, Tân phụ sách hành lý với Chương, cả hai lấy thang máy lên nhà. Mở cửa vào, mùi đồ ăn, có lẽ là chả giò chiên, tỏa ra khắp phòng. Mai từ phía trong bếp ra phòng ngoài đón khách, một tay nàng còn đang cầm chiếc đũa cả:

- Chào anh Chương. Mấy ngày nay anh Tân nói chuyện về anh hoài, hôm nay mới được gặp. Mời anh cứ tự nhiên, chúng em người Nam không có khách sáo đâu nhé!

Tân đưa hành lý vào phòng bên trong rồi chỉ cho Chương:

- Cậu ở phòng này, là của đứa con gái, nó đi học ở Amiens đến Noel mới về. Nhà bên này không rộng rãi và tiện nghi như bên Mỹ đâu. Cả nhà chỉ có một phòng tắm thôi. Cậu ở tạm nhé.

- Được rồi Tân. Mấy người bên Mỹ bày đặt, chứ lúc trước còn ở Việt - Nam thì đã sao? Đúng là phú quý sinh lễ nghĩa, phải không. Tớ thì thấy nhà cửa bên Pháp nhỏ nhắn nhưng lại đẹp và xây kiến cố hơn Mỹ nhiều.

Chương nghĩ đến căn nhà của mình ở Mỹ: làm bằng vật liệu mỏng manh và tiền chế; tường thì đụng mạnh đã lủng một lỗ, siding thì gió to là tróc ra, phải đóng lại. Chàng thấy nhà bên Pháp xây kiên cố và chắc chắn, tuy phòng ốc thường hẹp hơn nhưng rõ rệt mỗi nhà đều có lịch sử lâu đời, nó chứa bao kỷ niệm của những người sinh sống trong đó hằng thế kỷ trước. Mảnh vườn tuy nhỏ nhưng lại thường được bàn tay tỉ mỉ của những người già cả chăm sóc kỹ lưỡng.

Trong lúc Tân vào bếp phụ vợ dọn đồ ăn thì trong phòng, Chương bước ra ngoài bao lơn: Phía sau chung cư là một khu rừng sồi dày đặc cây cao và thẳng như chìa lên trời cao. Ở một cành cây, vài ba con sóc đua nhau nhảy nhót, có con dừng lại đứng im một chặp rồi lại tiếp tục ngoắc cái đuôi là vụt biến đi... Thoáng qua một cảm giác buồn xâm chiếm lấy Chương: chàng nghĩ đến cuộc sống tha hương của Tân và của mình, mỗi người một ngả, cách nhau hai đầu thế giới, nhưng rồi cuộc sống vẫn trôi đều, bình thản và âm thầm như giòng sông êm khuất, như cơn gió heo may đầu thu... Có lẽ con người sống nhờ vào những niềm vui nho nhỏ, ràng buộc nhau bởi cái tình cảm mong manh, hay là bởi trách nhiệm với người thân như vợ con, bạn bè của mình là chính? Chàng nhớ lại, khi mới gặp nhau ở trại Long Giao, hai đứa còn trai trẻ chưa đầy ba mươi, mà nay ngoảnh lại cả hai tóc đã bạc. Bao nhiêu bể dâu đã nếm, bao nhiêu đợt nước đã trôi qua cầu! Chương thấy thương cho Tân, mà cũng là thương cả mình nữa: Hoàn cảnh đổi thay, đất nước chìm đắm đã cướp đi tuổi trẻ và cơ hội hưởng cái đẹp của thời thanh niên, đánh mất bao cơ hội sống vì bao năm dài giam cầm trong các trại tù cũng như tái tạo lại cuộc sống... Chàng cố xua đuổi ý nghĩ buồn nản bằng cách tạm quên đi quá khứ, để đón hưởng cái hiện tại hôm nay...

Có tiếng mở cửa rồi Tân ló đầu nói vọng vào:

- Thôi vô ăn cơm đi kẻo nguội. Lát nữa tớ đưa cậu ra phố Compiègne chơi một vòng cho biết.

Các món ăn bầy la liệt trên bàn. Mai sốt sắng lên tiếng mời:

- Anh Chương dùng tạm nghe. Em biết ở Ca - li đồ ăn Việt - Nam ngon nổi tiếng nhưng anh ăn thử mấy món em làm xem sao? Anh Tân khen em nấu ngon hơn bên Mỹ nữa.

Tân sẵn dịp nịnh vợ trước mặt bạn:

- Đúng vậy: em nấu ngon nhất!

Tất cả cùng cười, thoải mái. Vào bàn, Mai ngồi ở một đầu gần bếp cho dễ tiếp thức ăn cho khách. Nàng thấy vui vì chồng mình gặp lại bạn cũ và trông Chương có vẻ hiền lành và đàng hoàng. Mai và Tân quen nhau từ lâu, trước 75, nếu không có biến cố tháng Tư xảy ra thì họ đã lấy nhau vào năm đó, nhưng rồi Tân phải đi tù. Thế là Mai chờ đợi Tân cho đến ngày chàng được về làm đám cưới rồi cả hai cùng đi vượt biên.

Mai trông gầy yếu, mảnh khảnh với nước da xanh xao nhưng lúc ở bếp nàng lại làm công việc rất nhanh lẹ. Từ ngày qua định cư, sau một thời gian ngắn học tiếng Pháp, nàng ở nhà luôn để lo cơm nước và nuôi con vì Tân muốn cho vợ được nhàn nhã, bù cho những ngày gian khổ vật vã lúc bên nhà. Bây giờ thì tuổi đã lưng chừng, coi như đã lỡ thời, nàng sang đây nhưng không còn tha thiết kiếm việc làm nữa. Phần vì không có sẵn nghề chuyên môn, phần vì vốn sẵn thói quen ít giao tiếp từ xưa, Mai thủ phận ở nhà lo nấu nướng cho gia đình; nay thì đứa con lớn khôn đã bay nhảy, chỉ còn lại hai vợ chồng. Ở thành phố này không có chợ Á - Đông và chỉ hoãn Tân mới chở vợ xuống Quận 13 Paris đi chợ Việt - Nam.

Ngày thường vào buổi sáng, khi Tân đi làm thì Mai rảnh rang, nàng hay mở video ra xem; bắt đầu là những phim kiếm hiệp Trung - Hoa, sau là cải lương rồi bây giờ lại đâm ra mê xem phim bộ, hết của Việt - Nam rồi xoay qua Hàn - Quốc. Lúc trước, khi đứa con gái còn học trung học, vào buổi chiều nó hay về sớm, hai mẹ con còn có thời giờ bên nhau, thủ thỉ tâm sự làm cho Mai cũng ấm lòng. Dần dần nàng dồn hết tình thương vô đứa con và hy vọng sau này được ở gần nó; và nếu nó có chồng con thì nàng sẽ lo nấu ăn và chăm sóc cho những đứa cháu ngoại. Cuộc đời nàng toàn là chuỗi ngày phục vụ và lệ thuộc người khác. Đôi khi nàng cũng nghĩ nếu không có Tân thì dù sao nàng vẫn còn đứa con gái. Nó chính là động cơ và lẽ sống, niềm vui của nàng. Gần đây, Tân hay kiếm lý do về Việt - Nam thăm gia đình. Mấy chuyến đầu cả nhà cùng đi nhưng rồi vì tốn kém, sau này Tân hay đi một mình. Mai cảm thấy lo lắng vì đã nghe bao chuyện đồn đãi về mấy cô gái bên nhà kiếm đủ cách để câu mấy anh Việt - kiều, dù có vợ hay độc thân. Chợt Mai nhớ đến gia đình mấy người anh chị mình ở bên Mỹ, và so sánh họ với mình: Bên đó ai cũng giàu có hơn hẳn nhiều gia đình gốc Việt ở đây. Nàng cũng tiếc Tân đã hấp tấp lo vượt biên sớm, chỉ cần chờ thêm một năm nữa là có chương trình H. O thì nàng cũng đã đi Mỹ, được ở gần gia đình và có lẽ cũng giàu có như người ta. Nhưng, như cuộc đời của nàng từ bao lâu, lúc nào nàng cũng quen những ràng buộc với người thân chung quanh. Nàng cho là đó là số mạng của mình, không còn làm gì được khác cả. Nàng vốn đã quen vui với những niềm vui nho nhỏ nhưng vô cùng thực tế hàng ngày, như hôm nay nhận được lời khen của chồng và người bạn chồng vậy...

Tân bước ra phía tủ lấy chai rượu chát đưa cho Chương xem rồi mời:

- Tớ mua chai Côte du Rhones này để mời khách quý đây. Cậu uống cho vui.

Chương vội đỡ lấy chai rượu, nhưng thật tâm là để cản:

- Lúc khác đi. Buổi trưa uống vô buồn ngủ lắm. Thôi mình uống nước lạnh được rồi. Để dành khi nào ăn cơm Tây mình mở.

Tân vì ít uống rượu nên đồng ý ngay; và dù ở Pháp đã lâu chàng lại không thích cơm Tây. Trái hẳn với Chương thích được thưởng thức pa - tê, xúc - xích, phó - mát và rượu Pháp mà bên Mỹ hiếm và đắt. Mặc dầu đồ ăn đầy bàn và Mai đã nấu cầu kỳ đúng như kiểu bên nhà, nhưng Chương ăn không thấy ngon miệng. Chàng nghĩ thầm: Có lẽ đồ ăn Việt mình không đâu qua mặt được ở Ca - li. Chỉ có mấy cái chả giò là đặc sắc, mà thật sự nó lại là đồ đông lạnh nhập từ Việt - Nam. Dù vậy, chàng cũng khen xã giao, một điều mà chàng cảm thấy khó chịu vì đã không tiện nói thật lòng mình:

- Anh Tân thật may mắn. Được thưởng thức món ăn như vậy mỗi ngày do tài của chị.

Mai cười:

- Anh Chương đã ăn tiệm Việt - Nam ở Paris chưa? Dở lắm anh ơi, bởi vậy tụi em cứ ăn ở nhà thôi. Mà tụi này cũng ít xuống Paris...

Bữa ăn xong, Mai dọn dẹp bàn rồi pha trà mời khách. Chương và Tân lâu ngày không gặp nhau nên nhiều chuyện trao đổi, nhất là nhắc đến kỷ niệm trong trại và về các bạn bè cũ. Sau một lúc, Chương cảm thấy hơi mệt, xin phép làm một giấc ngủ trưa. Tân đưa chàng vô phòng, và chợt như nhớ ra điều gì:

- À Chương, cậu nhớ Lộc Hải - Quân ở Long Giao không? Lộc nhiều quà cáp nhất Đội mình hồi đó? Hắn trước ở đây này, lâu rồi tớ không liên lạc, để tớ gọi phone xem sao. Có gì rảnh, nếu cậu muốn, bọn mình sẽ ghé thăm hắn.

- Nhớ chứ! Lộc nổi danh là người may mắn và sung sướng nhất Đội ở Long Giao. Mình hay ghé Tổ hắn để gỡ gạc chút thuốc lào...

Tân khép cửa lại. Căn phòng chìm vào bóng tối, Chương ngả lưng nhìn quanh: cái giường thật ra chỉ là hai tấm nệm đặt chồng lên nhau trên sàn nhà, phòng vừa chỉ đủ để thêm một kệ sách và bàn nhỏ ở trong góc. Căn phòng này còn nhỏ hơn nhiều so với cái closet để quần áo của mấy căn nhà lớn bên Mỹ. Chàng nhắm mắt để tìm giấc ngủ nhưng rồi kỷ niệm ở Long Giao lại hiện về... Thật ra, Chương biết Lộc từ khi còn ở Long Khánh, trước khi có vụ nổ kho đạn làm chết vài người cùng Đội. Lúc đó Lộc ở Tổ bên cạnh Chương nhưng hai Tổ cùng nằm cạnh nhau trong chung cùng một căn nhà tôn mà trước kia thuộc Tiểu Đoàn Quân Y của Sư Đoàn 18 Bộ Binh. Lộc người không cao nhưng rất khỏe mạnh, rắn chắc, khuôn mặt hơi choắt, lúc nào cũng nở nụ cười tươi. Lộc nổi tiếng lao động khoẻ và là người đầu tiên đào giếng thêm để có nước uống và tưới cây cho Đội. Chương còn nhớ, vào khoảng thời gian tương đối ít phải đi lao - động, có những buổi tối sau bữa ăn anh em hay bắc võng nằm ở Hội - Trường cho mát, hay tụm ba lại ngồi nói chuyện trong phòng. Lúc này chưa có tiêu chuẩn nhận quà hay thăm nuôi, buổi tối thường chỉ có ăn hàm thụ cho đỡ thèm hay nghe kể chuyện chưởng Kim Dung. Chương hay gặp Lộc ở Hội Trường, chàng thường đứng tập Dịch Chân Kinh. Vì biết Lộc trong Hải - Quân và có đi du học bên Mỹ, Chương tò mò muốn biết về cuộc sống bên đó và cũng để tìm hiểu chút hiểu biết về cách đi biển, phòng khi được thả, cũng có ngày phải vượt biển ra đi. Nhiều đêm, Lộc nhắc đến khúc quanh của cuộc đời mình và cũng là của của tất cả đám tù, đến Thủy người vợ mới cưới được hai tháng và đang mang bầu đứa con đầu lòng khi xảy ra biến cố 30 tháng Tư. Trước đó Lộc đang phục vụ trên chiến hạm ở Phú - Quốc, khi được lệnh cùng Hạm Đội di tản qua Phi thì chàng quyết định ở lại vì kẹt Thủy đang ở Sài - Gòn. Hơn nữa, gia đình Thủy còn giữ quốc - tịch Pháp nên Lộc cũng còn hy vọng sau này sẽ đi qua Pháp chính thức cùng gia đình vợ. Nhưng khi về đến nhà một tháng sau, Lộc phải lên đường trình diện đi tù. Hai vợ chồng trước khi lấy nhau cũng mới chỉ quen một thời gian ngắn và sống chung thật ngắn ngủi thì lại phải xa nhau. Lúc đang ở Long Khánh thì đã gần hai năm Lộc ra đi mà không biết bao giờ mới gặp lại vợ. Tuy nhiên, Lộc được an ủi là gia đình bên Thủy khá giả nên cũng làm chàng yên tâm. Sau vụ nổ kho đạn, cả trại tù Long Khánh chuyển qua Long Giao, tại đây biên chế lại Đội và đổi qua khu vực khác nữa, nhập với đám tù ở thành Ông Năm vào, trong số này có Tân. Vài tháng sau mới bắt đầu có quy chế gia đình thăm nuôi. Thông thường thì mỗi người được thăm nuôi một lần trong năm, nhưng đặc biệt Lộc không biết cách nào mà lại được gặp gia đình hai lần, chỉ cách nhau một tháng. Do đó mà Lộc đã nổi danh là người tù may mắn nhất trại: mỗi kỳ vào thăm chồng, Thủy cùng đứa em trai mang thật nhiều quà vào. Vào buổi tối, sau giờ điểm danh, đằng sau những căn phòng của mỗi Tổ, bọn tù tụ họp chung quanh đống lửa: nào là nấu nước sôi pha trà, hoặc khá hơn thì một loon guigoz chè đậu xanh, cùng nhau chuyền tay cái điếu thuốc lào, tán chuyện gẫu, chia vui vì được gặp gia đình, có thêm đồ ăn cho bõ bao ngày đói khổ. Chỗ Lộc bao giờ cũng đông đảo vì được bạn bè chiếu cố đến, vì biết thế nào cũng được mời, hoặc một điếu thuốc lào hoặc ly trà Bảo - Lộc. Nhưng trong khi đó cũng có anh bạc phước, không có ai thăm, nằm chèo queo trong phòng, lấy cớ đi ngủ sớm để còn sức ngày mai đi lao động, hay là đang khóc thầm vì nhớ vợ con, gia đình? Vào lúc này, Lộc trở nên yêu đời và khỏe ra, chàng nghe tin có thể chính phủ Pháp can thiệp cho chàng về sớm và có thể gia đình vợ sẽ ra đi qua Tây. Nhưng chỉ ít lâu sau đó lại có cuộc biên chế, lần này Chương và Tân bị đầy ra Bắc, còn Lộc ở lại trong Nam. Từ đó Chương không có tin tức gì của Lộc nữa, cho đến hôm nay.

Chương thiếp đi lúc nào không hay... Tiếng động lách cách ở bếp đã đánh thức Chương dậy, chàng mở mắt một chốc rồi đứng dậy hé cửa nhìn ra ngoài phòng khách. Đang ngồi xem truyền hình, Tân liếc thấy bạn:

- Ê dậy rồi hả? Ngủ được không? Ra đây ngồi uống trà chơi.

- Ngủ ngon quá. Cậu đang xem chương trình gì vậy?

Tân đứng dậy lấy thêm tách rót trà:

- Ở bên này Tây nó bắt chước Mỹ chứ chẳng có gì hay để coi. Tớ chỉ coi đá banh, còn bà xã thì phim bộ Đại - Hàn.

Nghe tiếng nói chuyện, Mai ở bếp nói vọng vào:

- Anh đưa anh Chương đi một vòng Compiègne, xem lâu đài của bà Joséphine chơi cho biết.

- Rồi, Chương ơi, mình sửa soạn đi nhe?

Chỉ sau năm phút lái xe là Tân và Chương đã đến trung tâm thị xã Compiègne. Trước đó, có một quãng xe chạy dọc theo con sông Oise giòng nước xanh thẫm chảy lặng lẽ, lâu lâu có chiếc phà chở hàng trôi lững lờ theo giòng, không hấp tấp vội vã như xe hơi đang chạy ào ào bên đường. Tân chạy xe qua cầu rồi đi một vòng thành phố, qua lâu đài Compiègne, nơi Hoàng - Đế Nã Phá Luân đã cho sửa sang lại cho bà hoàng Joséphine nghỉ ngơi: trông bên ngoài nó vừa thấp và bình thường như kiến trúc lớn dành cho một công sở. Đột nhiên, Chương thấy một bên bờ sông có bãi đậu xe dưới hàng cây cao trông thơ mộng và mát mẻ. Chàng đề nghị Tân đậu lại rồi cả hai thả bộ dạo chơi. Đây là con đường lát đá chạy dọc theo bờ sông, nhiều chỗ có bờ tường thấp để chặn vực sâu. Cũng dọc theo sông là hàng cây rất cao, lá đã ngả màu vàng. Còn nhìn qua bên kia sông là dãy nhà gạch hai tầng lầu kiểu villa, cái to cái nhỏ, nhưng nhà nào cũng có mảnh vườn và tường cao bao bọc như những nhà giàu ở đường Trần Quý Cáp ngày xưa ở Sài - Gòn. Hai người thả bộ đi men theo bờ sông, dưới bầu trời xanh ngắt của buổi chiều. Bỗng từ trên cao ngọn cây, lá vàng bắt đầu rơi lác đác, khi xuống tới gần đất lại bị gió cuộn tròn lên cao nhưng rồi lại quét đi nằm một đống dưới bờ cỏ bên đường. Cơn gió khiến Chương cảm thấy hơi lạnh, kéo áo ngoài lên che cổ. Cảnh vật đầu thu ở đây gợi cho chàng những kỷ niệm xa xưa khi con nhỏ ở Đà - Lạt, có lần cậu bé Chương đi bộ một mình bên bờ hồ Chi - Lăng mà lúc đó còn gọi là hồ St. Benoît, xa xa bên kia bờ hồ có những ngôi villa nằm yên lặng, in hình trên mặt hồ bạc trắng, vắng vẻ không một bóng người như kéo thằng bé về một thời yên bình, đẹp đẽ như chỉ có trong giấc mơ. Đi một quãng thì thấy có một ghế đá, Tân đề nghị:

- Thôi mình ngồi đây nghỉ chân một lát, rồi Tân chỉ tay về phía dẫy nhà dọc bờ sông, nơi đó có mấy quán ăn cổ kính -

Tiệm ăn này được tiếng ngon nhất ở đây nhưng hơi đắt. Bọn Tây nhà giàu thích tiệm này.

Chợt nhớ ra điều gì, Tân quay lại Chương:

- À hồi trưa, lúc ông ngủ, tớ có gọi cho Lộc nhưng số đó đã bị đổi. Có lẽ hắn đã dọn đi đâu rồi..... Cũng lâu lắm không liên lạc với Lộc, có lẽ đã trên ba năm.

Chương ngạc nhiên hỏi:

- Ủa... Sao vậy Tân?

Tân không trả lời ngay, ngồi yên lặng nhìn ra sông: giòng nước trôi lờ đờ chậm chạp như cuộc sống êm đềm ở thành phố này, nhưng dĩ nhiên trong sâu kín ở mỗi cuộc sống như đều ẩn chứa những khúc mắc, thậm chí còn đôi khi gây đau đớn, bi thảm cho người trong cuộc... Nắng chiều chợt rọi xuống, chiếu nghiêng qua hàng cây khiến Tân nhíu mắt lại, chàng quay người qua rồi nhẹ nhàng thổ lộ với Chương:

Tiện đây tớ kể cậu nghe kỷ niệm của mình với Lộc lúc mới qua.

Tân xoa hai tay cho ấm rồi thọc vào túi quần, ngả người ra phía sau, chậm rãi kể câu chuyện cũ...

Gia đình Tân qua tới Pháp - theo như chương trình trợ giúp người ty nạn bên này - được chuyển đến nhà tạm trú của sở xã - hội ở Compiègne, mà ở đây gọi là foyer, tức là một căn chung cư lớn có phòng ngủ riêng cho mỗi gia đình, việc ăn uống thì do nhà bếp chính phủ nấu. Hàng ngày người ty nạn chỉ việc đi học tiếng Pháp hoặc luyện nghề, không phải lo đến nấu nướng. Còn vấn đề di chuyển thì cả một hệ thống xe buýt của thành phố đều miễn phí cho người dân. Tân vì có sẵn vốn tiếng Pháp ở Việt - Năm nên chỉ sau vài tháng đã thông thạo và lại xin được việc làm ở phi trường, công ty lo dịch vụ đồ ăn cho các chuyến bay. Tình cờ một hôm đến sở thì chàng thấy

Lộc. Tân mừng rỡ khi gặp bạn, Lộc cũng đang làm cho công ty này, những vì đã làm lâu nên được một chân trưởng toán, trông coi độ mười người như Tân. Lúc đầu hai người bạn tù cũ rất tương đắc với nhau, vì có nhiều kỷ niệm chung và đã cùng nhau từng trải qua nhiều gian khổ và hoàn cảnh khắc nghiệt, dễ thông cảm với nhau. Nhưng, Tân ngạc nhiên khi hỏi thăm về gia đình thì được biết Thủy đã có chồng khác và Lộc đang sống một mình ở ngoại ô Paris. Lộc đã buồn rầu kể lại là vợ con chàng đi Pháp trước. Và như mọi cuộc đổi thay, đời sống tỵ nạn ban đầu thường gặp khó khăn, nhất là đối với một người đàn bà đơn chiếc, phải chịu nhiều thiếu thốn, phải tranh đấu với hoàn cảnh vào những đêm đông lạnh lẽo ở xứ lạ quê người... Trong lúc đó, cùng trong nhóm tỵ nạn định cư, có một thanh niên ở chung khu nhà, thường ngày hay qua lại giúp đỡ cho Thủy, từ những công việc lặt vặt cho đến vấn đề trông nom đứa con. Không biết rồi do định mệnh trớ trêu hay là do sự yếu đuối của con người trước hoàn cảnh, nào ai mà biết, rơm gần lửa bén cháy, hai người thương nhau và rồi Thủy mang bầu. Khi đó Lộc còn ở trong tù, giấy tờ xuất cảnh vẫn tới và Lộc qua Pháp để đoàn tụ với vợ con. Nói ra thì quả là cay đắng: đoàn tụ với vợ mình hay vợ người ta? Khi ra đi Lộc rất ưu tư và buồn nản, chàng không biết cuộc đời mình sẽ ra sao khi qua đây: Thủy có trở về với chàng hay không? Còn đứa con thì sao, nó sẽ ở với ai và có còn thương nhớ gì đến người cha không? Bao nhiêu câu hỏi thắc mắc nảy ra trong đầu chàng... Hôm Lộc tới phi trường, Thủy không ra đón mà chỉ có mấy người trong gia đình, rồi họ đưa chàng xuống Compiègne, ở đây, sau khi học qua sinh ngữ thì có việc làm ở phi trường. Lộc lao đầu vào công việc để quên đi nỗi buồn, rồi bắt đầu uống rượu nhiều. Khi gặp Tân thì Lộc mập ra và đang ở Sevran cho gần sở làm nhưng lại là khu nhiều Rệp (tiếng lóng nói về người Bắc Phi). Nhưng có lẽ lại do định mệnh trớ trêu nữa, Tân được chuyển qua chỗ làm dưới quyền Lộc: nào tưởng sẽ được yên vui, hai người bạn được gần nhau; nhưng trái lại, Lộc không còn là người bạn như xưa nữa, lại thẳng tay với Tân, đôi khi còn khiển trách Tân về những lỗi lầm nho nhỏ, không đáng kể. Tân cảm thấy bị chạm tự ái và bắt đầu xa cách người bạn tù năm xưa. Từ đó, chàng cố gắng học thêm về điện toán vào cuối tuần hay ban đêm, rồi xin việc làm mới và may mắn lại được việc ngay ở Compiègne và từ đó ít còn gặp Lộc. Họa hoằn hai người có gặp nhau ở chợ Tăng Frères thì cũng chỉ nói qua mấy câu xã giao.

Khi Tân ngừng kể thì mặt trời đã lặn dưới dãy nhà bên kia sông, nắng vàng trở nên yếu ớt chỉ còn chiếu trên mấy ngọn cây cao. Cả hai cùng yên lặng, nhìn ra sông, mỗi người theo đuổi ý nghĩ riêng của mình. Dưới kia, sông Oise vẫn âm thầm lặng lẽ trôi như thời gian không một lời than vãn. Giòng sông này đã chứng kiến bao đổi thay của cuộc đời, nhưng lúc nào cũng êm ái trôi, không than thở, không tiếc nuối. Nó như nhắn nhủ với Tân và Chương là cuộc đời là như thế, không ai có thể làm gì hơn được, chỉ còn đành chấp nhận định mệnh của mỗi người. Tự nhiên màu của giòng nước trở nên đen xám khác hẳn màu xanh vui tươi lúc nãy. Nghĩ đến hoàn cảnh của bạn mình khiến Chương nhớ đến câu Kiều:

Đã mang lấy nghiệp vào thân
Cũng đừng trách lẫn trời gần, trời xa.

Bỗng từ đâu, có hai vợ chồng già, người Pháp, lặng lẽ đi bộ dọc bờ sông. Khi đến gần họ ngả đầu chào Tân và Chương, và mặc dầu chưa lạnh lắm nhưng họ vẫn mặc áo dạ dài và đội mũ che kín đầu, họ dìu nhau đi chậm chạp qua mặt hai người. Chương nhìn theo họ bước lên bực thang rồi đi khuất sau bụi cây: một cảm giác nhẹ nhàng, êm ái xâm chiếm lòng mình, Chương thả hồn mơ mộng về mối tình của họ: cuộc đời lúc còn trẻ chắc cũng sôi nổi nhưng nay về hưu, hai người trở lại sống bên còn sông êm đềm này, có thể đây là quê hương của họ. Chương ước gì được sống tuổi già như thế, có vợ có chồng bên nhau dù có bị đau yếu hay phải nghèo nàn... Rồi chàng nhớ đến vợ con đang ở Mỹ, không biết giờ này đang làm gì? Thấy cũng đã trễ, Tân lên tiếng:

- Thôi, chúng ta về kẻo Mai chờ cơm. Lát nữa cậu uống tí rượu với mình nhé!

Đêm đó, Chương lại được ăn một bữa cơm thịnh soạn, hai người bạn đã uống hết chai rượu. Mai vui vì thấy chồng và Chương ăn ngon miệng. Sau bữa, Chương và Tân ngồi uống trà và nói chuyện kỷ niệm cũ trong tù, câu chuyện của họ như mãi không hết; có lúc Chương nhắc đến Lộc; nhưng Tân có vẻ không tha thiết gì lắm nên chàng cũng không hỏi gì thêm tin về Lộc. Chương tự ngạc nhiên: Sao hai người trước kia là chiến hữu và cũng là bạn nhưng nay vì hoàn cảnh, cái hoàn cảnh lạ lùng khó hiểu đã chia cắt họ, và bây giờ thì Tân làm như không còn muốn gặp Lộc nữa...

Chương vui với Tân đêm đó rồi sáng ra lấy xe lửa đi Paris. Chàng ở chơi nhà người anh thêm vài ngày nữa rồi bay về lại Mỹ, không kịp thăm hỏi thêm tin tức của Lộc.

Về đến Ca - li, Chương gọi điện thoại đến những người quen cùng khóa Hải - Quân với Lộc để dò tin tức; và sau nhiều tuần lễ, cuối cùng thì có người cho biết tin là Lộc đã qua đời sáu tháng trước. Người này cho biết là cách đây hai năm Lộc bị tai biến mạch máu não và bị bại nửa người, phải đi xe lăn và vẫn sống một mình ở Sevran. Mặc dầu bị đau nhưng Lộc vẫn uống rượu và hút thuốc rất nhiều. Hôm đó Lộc tự nấu ăn và quên không tắt lò gas. Khi hàng xóm phát giác ra thì đã quá trễ. Nhưng theo đứa con gái của Lộc thì cha nó không phải để quên lò bếp gaz mà ông đã cố tình như vậy...

Đám ma Lộc được tổ chức khá đơn giản trên chùa. Hôm ấy Thủy có đến và ôm áo quan khóc nức nở, khiến ai cũng mủi lòng.

TÌNH NGHỆ SĨ

Để tưởng nhớ P. T. N

Khi Huy ra tới biển thì đã gần chín giờ tối. Chàng đậu xe, xách đồ câu bước lên cầu tầu. Đang mùa hè, nền trời còn chọang vạng chứ chưa tối hẳn nhưng gió thì lại lạnh khiến chàng kéo áo ngoài lên. Hôm nay là ngày chủ - nhật, cũng đông du khách đi dạo trên cầu. Tiếng sóng biển vỗ đều đều vào bờ như là tiếng than vãn của trời đất từ bao ngàn năm, khiến Huy cảm thấy nhỏ bé trước cảnh bao la của biển cả. Tới chỗ mọi khi vẫn thường câu, ở dưới một cột đèn, Huy mở ghế xếp ra rồi sửa soạn cần câu và mồi. Chàng thấy mấy người Mễ quen ngồi phía bên kia vẫy tay, chàng cũng dơ tay chào lại. Mọi việc dường như quen thuộc như mọi lần... nhưng riêng Huy thì cảm thấy khác thường: Hôm qua chàng vừa qua cơn cãi vã với Lan, vợ chàng, trước khi nàng đi hát cho một đám cưới cùng với Hồng, đứa con gái mười ba tuổi. Chàng để cần câu xuống rồi lấy thuốc lá ra hút. Bỗng chàng mỉm cười chua chát. Chỉ có ở giữa cảnh mây trời bao la này chàng mới được quyền hút thuốc thoải mái, chứ ở nhà thì Lan đã nổi một trận lôi đình: Chỉ được hút ngoài sân thôi! Một nỗi buồn man mác xâm chiếm lấy Huy. Từ ngày bị thất nghiệp chàng thấy mặc cảm nhục nhã khi bị vợ lôi ra mổ xẻ, phê phán như một đứa con nít. May mắn qua được Mỹ năm 75 và dù đã ở Nam Ca - li hơn 4 năm nhưng Huy vẫn chưa nói thạo được tiếng anh, vẫn không có nghề gì cố định; trong khi Lan thì sành sỏi, kiếm ra tiền qua nghề địa ốc và còn đi hát thêm cho bạn một nhạc quen từ ở Việt - Nam.

Điếu thuốc lá làm chàng dễ chịu hơn và bớt căng thẳng, đầu óc lắng xuống khiến Huy chú ý đến cảnh vật bên ngoài. Phía bên đường dọc theo bờ biển, đèn của thành phố sáng chói so với cảnh tối đen như mực của ngoài biển. Đêm nay không trăng, cảnh biển như bao la bất tận, Huy chợt so sánh thân phận của mình nhỏ bé cũng chỉ như một hạt cát trên bờ biển dài tít này. Chàng cảm thấy cô đơn, nhất là gần đây, từ khi chàng không đi làm, cuộc sống đột nhiên khiến chàng xa cách với Lan và cả với Hồng, đứa con gái mà chàng đã dồn hết tình thương vào. Hình như con người ham mê chạy theo ảo ảnh và ước mơ nhưng không bao giờ đạt được. Chàng nghĩ đến lúc còn ở Việt - Nam, Lan thường để ý và săn sóc chàng; còn bây giờ xem ra nàng muốn cái gì khác. Hay là nàng đang có tình ý với Đức ở trong ban nhạc?

Cái cảnh tượng thảm kịch ngày hôm qua lại trở về với Huy...

Đánh xong ván cờ cuối của buổi chiều thì đã hơn năm giờ, Huy từ giã ông Nhàn về nhà. Từ ngày bị sa thải ở một hãng tiện, Huy hay qua nhà hàng xóm làm vài ván cờ tướng cho qua thời gian. Nhà ông Nhàn cũng ở trong khu cư xá, và ông cùng quê ở Châu - Đốc với Huy. Trước đây ông cũng biết đến ba của Huy, vì cả hai đều làm việc cho tòa Tỉnh. Ông qua đây lúc đã lớn tuổi, cứ ở nhà trông mấy đứa cháu nội. Bà Nhàn lâu lâu lại nấu mấy món nhậu và rủ Huy qua thưởng thức... Về đến nhà, khi mới bước vào Huy nghe thấy tiếng của Lan, như thể nàng đang chờ đợi mình, ở trên lầu vọng xuống:

- Anh về đó hả? Em sửa soạn đi hát nhe.

Huy bước lên gác, mở cửa phòng ngủ. Lan đang ngồi trước gương đánh phấn. Thấy Huy vào, nàng dừng tay quay người về phía chồng rồi nói:

- Lát nữa anh Đức đến đón em đi nhe. Anh đừng có nổi ghen tầm bậy, người ta cười đó!

Nhìn thấy vợ mình trang điểm lòe loẹt trông khác hẳn bình thường, Huy đã hơi khó chịu, tim chàng đập mạnh nhưng cố lấy vẻ bình tĩnh:

- Ối cha, bà đi đâu làm gì, thây kệ. Nhưng bà đừng có rủ rê con Hồng nó theo cái nghề hát của bà. Tôi muốn nó ở nhà lo chuyện học hành.

- Nó lớn rồi mà cũng thích đi hát thì tôi cho nó đi. Đã không có tiền mà còn làm như giàu có lắm. Nếu ông kiếm tiền như người ta, tôi đâu có phải lo hết mọi thứ.

Đây không phải là lần đầu tiên Lan có giọng điệu ấy, Huy biết kéo dài cuộc tranh luận với Lan cũng vô ích. Chàng xuống nhà đi ra ngoài.

Đứng chần chừ trước nhà một chốc mà không biết đi đâu, sau cùng chàng đành rảo bước khỏi khu cư xá.

Ra tới đường cái, nắng chiều đã ngả màu vàng đang chiếu xiên một bên hai hàng cây cao. Hình ảnh này gợi cho Huy nhớ lại những ngày ở Sài - Gòn khi còn đi học ở trường Quốc Gia Âm Nhạc và Kịch Nghệ vào lúc tan lớp buổi chiều trên đường Nguyễn Du. Con đường này cũng có hai hàng cây cao, chiều chiều khi tan học về, Huy vẫn có thói quen nán lại, đứng ngắm các nữ sinh của trường diễn hành qua mặt mình.

Kỷ niệm của ngôi trường cũ thường mang lại một xao xuyến mông lung đến cho Huy: nửa buồn, nửa tiếc nuối, nhẹ nhàng như khói của một điếu thuốc bay lên rồi tan loãng dần biến dạng vào trong không trung. Chàng tự hỏi không biết trong số bạn bè cũ, nay họ đang ở đâu? Sống chết ra sao? Sau bao biến cố của đất nước, ai còn ở lại, ai đã ra đi đến khắp các nơi trên thế giới? Huy chợt nhớ đến Kim, một người bạn gái cùng lớp mà chàng đã theo đuổi lúc ra trường nhưng bị từ chối một cách lạnh lùng. Không biết là do tự ái hay vì một nguyên cớ gì khác mà cho đến ngày hôm nay, gần mười mấy năm rồi Huy còn thấy vương vấn và tin rằng Kim vẫn có nhiều cảm tình với mình, cũng có thể là đã yêu chàng nữa nhưng nàng đã không nghe theo tiếng gọi của con tim mà lại đã ngã lòng trước đam mê của đồng tiền! Huy cứ đinh ninh như vậy, chàng tự hỏi không biết nếu chàng và Kim lấy nhau thì bây giờ mình ra sao. Chàng tưởng tượng, chắc hẳn mình sẽ được hạnh phúc, ít nhất cũng là hơn hiện tại? Phải chăng tình yêu là sự bù đắp cho nhau, người này cần cái mình không có ở người kia, hơn là sống với hình bóng của chính mình? Tình yêu của Huy đối với Kim đến chậm, chỉ sau nhiều năm học cùng lớp và qua các sinh hoạt văn nghệ chung trường; nó đến một cách êm ái như con gió thoảng qua nhưng lại bao trùm lấy Huy lúc nào không hay.

*

Vào cuối năm thập niên sáu mươi, sau khi đài Truyền Hình Việt Nam được xây cất và bắt đầu phát hình đều đặn thì Kim xin được một chương trình kịch hàng tháng. Nàng đặt rất nhiều kỳ vọng vào ban kịch, nàng nghĩ là sẽ đưa nàng lên đài danh vọng và tiền bạc - nếu chương trình trên truyền hình thành công - Thêm vào đó, nàng còn tham vọng là qua ban kịch, có thể chuyển sang thành những phim dài. Kim cần và nhờ đến Huy làm đạo diễn, xây dựng cho đoàn kịch mà thành phần đa số là các bạn cũ cùng lớp kịch; trường hợp nếu còn thiếu diễn viên, chàng thừa khả năng trám vào các vai phụ cần thiết.

Từ đó Huy thường đến nhà Kim bàn công việc, có khi hai người rủ nhau ra quán mì ăn tối.

Trong suốt các năm học chung, Huy không để ý mấy đến Kim vì chàng không thấy Kim đẹp lắm, mặc dầu nàng có duyên và dáng vẻ sang trọng của một con gái nhà giàu: Kim có đôi mắt lạnh lợi, và nước da trắng làm nàng nổi bật trong đám đông. Nhưng điều làm Huy thu hút nhất là cái thông minh và tài giao tế giỏi của Kim, trái ngược hẳn với vẻ rụt rè kín đáo của chàng. Qua vài tháng chung nhau xây dựng ban kịch, Huy dần dà hiểu được tính tình của Kim: Kim rất tự tin và, mặc dầu cũng ham mê danh vọng như bao nghệ sĩ khác, nàng đã khéo léo che kín tham vọng của mình, nên nàng rất hòa đồng và dễ mến. Nhiều đêm ở nhà Kim, sau khi bàn thảo công việc xong, hai người cũng có dịp thổ lộ về cuộc sống và tương lai, giữa lúc chiến sự đang sôi động tràn lan khắp nước. Vài đứa bạn cùng trường đã lên đường nhập ngũ, đứa đã bỏ mình, đứa khác thì trốn lính, còn vài đứa thành lính kiểng để ở nhà làm ăn... Kim có vẻ lo lắng đến tình trạng quân dịch của Huy, không biết vì tình cảm thuần túy hay vì nàng cần thiết đến Huy cho bạn kịch. Đôi khi Huy cảm thấy Kim lo lắng cho mình một cách nhiệt tình và thành thật. Chỉ có một điều ngăn cách hai đứa là gia đình Kim thuộc loại giàu sang, nàng có cuộc sống đài các; trong lúc Huy con nhà nghèo lại mang thêm cái tính nghệ sĩ, chưa bao giờ tha thiết đến việc kiếm tiền. Đã vậy chàng còn có mặc cảm với những kẻ giàu có vì xem ra họ chỉ coi trọng vật chất, thiếu đi mặt những biểu lộ tâm hồn làm người trong sáng. Được học piano từ nhỏ, nàng đánh dương cầm điêu luyện như một nhà nghề và lúc nào cũng muốn Huy dựng kịch bản có vai chơi piano để nàng có dịp biểu diễn trên sân khấu. Vào buổi tối vở kịch đầu tay của Huy được phát hình, tất cả anh em tụ họp tại nhà Kim để xem, mọi người sung sướng thấy thành quả của mình và hãnh diện về trình độ nghệ thuật của nó. Tất cả đều còn trẻ, họ biết sau bao năm miệt mài ở nhà trường, nay họ đã có sáng tạo riêng của mình và ai cũng tin tưởng vào tương lai của nền kịch ảnh nước nhà, nhờ vào môi trường truyền hình mới mẻ đang được áp dụng tại xã hội Miền Nam Việt Nam. Riêng có Huy là lo ngại vì chàng biết rằng khung sườn kịch mà chàng đã học ở trường khó thể hiện trọn vẹn vào truyền hình. Mặc dầu là đạo diễn trong lúc tập dợt, Huy đã thấy chính người đạo diễn của đài mới có toàn quyền chủ động khi thâu hình: Nếu đạo diễn kịch mà không thông hiểu kỹ năng truyền hình để cụ thể đưa được những chi tiết kịch vào phù hợp với phương tiện truyền thông mới này, thì chất kịch sẽ giảm hẳn đi tính nghệ thuật của nó.

Sau khi mọi người ra về, Kìm giữ Huy ở lại để cảm ơn riêng chàng, nàng nắm tay Huy rồi ôm chầm, xiết mạnh lấy chàng. Huy xửng xốt và xúc động, tim chàng đập nhanh và bối rối, không biết xử trí ra sao, chàng ấp úng:

- Tôi mừng là vở kịch thành công...

Kim kéo người Huy ra rồi nhìn vào mắt chàng nói với giọng tha thiết:

- Em cám ơn anh... Tất cả nhờ có anh...

Huy nhìn vào mặt Kim. Hai con mắt nàng đen láy và như đang mỉm cười, trên trán vài giọt mồ hôi đang rỉ xuống, hơi thở của nàng dồn dập và đâu đó có mùi nước hoa quyện lấy không gian. Hình như Kim đang chờ đợi gì ở Huy...

Đây là lần đầu tiên Kim xưng em với Huy. Trong một thoáng qua, chàng nhận thấy có gì thay đổi trong cách xử thế của nàng. Huy nghĩ nếu mình ôm lấy Kim và hôn vào môi thì có lẽ nàng sẽ không từ chối; nhưng không biết vì sao, chàng lại gỡ nhẹ Kim ra rồi ấp úng:

- Thôi khuya rồi. Mai mình gặp nhau...

Nói xong Huy vội vã lên xe gắn máy về nhà.

Chỉ vài ngày sau, Kim thúc giục Huy nộp kịch bản mới cho Phòng Kiểm Duyệt của Đài Truyền Hình và lo sắp xếp tập dượt; nhưng sau cả tuần lễ, Kim không nhận được trả lời. Nàng biết nếu kẹt ở Phòng Kiểm Duyệt thì sẽ trở ngại cho việc thâu hình. Đang lúc Huy không biết tính sao thì Kim chợt đề nghị:

- Anh Huy à, hay là mình phải kẹp tờ năm trăm vào bản thảo rồi anh đưa tay đến Đài cho ông Chủ Sự?... Anh cũng đã gặp ổng rồi, anh cứ bình tĩnh đưa để xem sao... Thôi anh chịu khó làm giúp em này... Chứ vở của mình có chính trị gì đâu mà họ giữ lâu quá vậy?

Huy nhớ đến ông Chủ Sự: Một công chức già đã đứng tuổi, có lẽ vào khoảng năm mươi. Trông ông bệ vệ với khuôn mặt tròn, cái đầu hói và đôi kính cận nâu. Với giọng nói từ tốn và trầm ấm, ông ta có vẻ là một công chức điển hình mà mình có thể thấy ở bất cứ một công sở nào... Liệu ông có chấp nhận tiền đút lót này không? Hay là ông có thể làm lớn chuyện? Huy hơi ngạc nhiên về lời đề nghị của Kim: nàng có thể làm nhiều điều không ai ngờ trước được, miễn sao đạt được ý định của mình...

Hôm đưa bản thảo có kẹp tiền, Huy thấy hồi hộp và tay mình hơi run. Ông chủ sự nhận cuốn bản thảo, hứa sẽ đọc liền. Huy trong lòng áy náy như người vừa làm điều gì rất xấu xa, phóng xe trên đường về nhà. Chàng suy nghĩ mông lung, nhận thấy mình đã làm một việc mà nếu không phải do Kim xúi giục thì chàng không những chẳng bao giờ dám làm mà còn có lẽ không hề nghĩ đến.

Chỉ hai ngày sau, Kim nhận lại bản thảo; nàng ngạc nhiên vì bên trong vẫn còn tờ năm trăm, và vở kịch được chấp thuận cho thâu hình...

Rồi biến cố Tết Mậu Thân xảy ra, Bộ Thông Tin quyết định hủy bỏ ban kịch của Kim để dồn giờ phát hình các chương trình của kế hoạch gấp rút yểm trợ cho chiến cuộc đang leo thang. Ban kịch vì thế mà tan rã chỉ sau hai lần xuất hiện với khán giả. Huy và Kim buồn rầu và cũng từ đó, chàng ít hẳn đến gặp nàng.

Một hôm, chàng nhớ rõ là vào một buổi trưa, Huy đến nhà Kim dự định rủ nàng đi xem ciné và cũng để dò la tình cảm của nàng đối với mình. Nàng vẫn vui vẻ tiếp nhưng lại từ chối đi chơi. Điều làm đau lòng Huy là khi tiễn chàng ra về, Kim nói rằng bây giờ nàng rất bận và ít còn thì giờ như trước nữa. Trong cử chỉ và cách nói của Kim, Huy hiểu đây là một cách đuổi khéo của một nữ kịch sĩ có tài, cả trên sân khấu lẫn ngoài đời!

Ít lâu sau, Huy nhận được thiệp cưới của Kim. Chàng nghe chúng bạn nói là Kim lấy một dược sĩ. Từ bữa đó, Huy không hề gặp lại Kim. Khi qua đến Mỹ, chàng nghe nói là nàng kẹt lại Việt - Nam và sau 75 gia đình nàng cũng rất vất vả, khốn đốn.

*

Vài giọt nước mưa lẫn vào gió tạt xốc vào mặt tạo nên những đốm lạnh trên má khiến Huy quay trở lại với hiện tại: Chàng đứng dậy đi ra phía sau căn nhà chòi, châm lửa hút điếu thuốc. Đảo mắt quanh, chàng thấy vắng người trên cầu. Có thể vì giờ này đã khuya...

Chợt từ đâu đến, có đôi trai gái khoác tay nhau đang đi nhanh về phía chàng. Có lẽ cũng để che mưa, người con gái cười khúc khích kéo tay tình nhân chạy cho nhanh. Bất giác Huy nghĩ đến Lan và Hồng đang ở nhà, chắc giờ này cũng đang ngủ. Một cảm giác buồn nản xâm chiếm lấy Huy khi chàng nghĩ là cả hai đều không đếm xỉa gì đến mình... Và cuộc đời của vợ con cũng sẽ bình thường nếu không có mình. Chàng cảm thấy cuộc sống trở nên vô nghĩa và đầy rẫy khổ đau, đúng như lời Phật dậy: "Đời là bể khổ". Nếu cuộc đời diễn ra như một vở kịch, như bao nhiêu vở Huy đã viết và dựng cho khán giả xem, thì sao chàng lại phải mang cái vai đau khổ này? Ai đã viết nên tấm thảm kịch này?

Huy hướng mắt nhìn ra phía biển: Tất cả chỉ là một vùng tối đen đáng sợ, giữa cái bao la và lạnh lẽo bao trùm lấy không gian. Huy thấy thân phận con người chẳng đáng gì so sánh với thiên nhiên hùng vĩ như vùng biển trước mắt mình... Hình ảnh của những người thân trong gia đình từ từ hiện rõ trong đầu Huy, từng người một, kỷ niệm của thời thơ ấu, như chàng đang xem lại cuốn phim của quá khứ, nhưng lại lẫn lộn, ẩn hiện không rõ ràng, ... Huy cố xua đuổi đi những ký ức ấy...

*

Ít lâu sau khi ban kịch tan rã, Huy kiếm ra việc ở một chương trình giáo dục tư nhân. Tại đây chàng quen Lan: Huy phụ trách việc biên soạn kịch bản, còn Lan thì vừa là ca sĩ vừa lo về phần nhạc đệm. Khi mới gặp, Lan là một ca sĩ trung bình, chưa nổi tiếng, và chỉ sinh hoạt trong ca đoàn nhà thờ cũng như đi hát giúp cho các hội đoàn thiện nguyện. Lần đầu gặp nhau, Lan thấy Huy vừa đẹp trai lại vừa hiền lành với mái tóc dài trông dáng nghệ sĩ. Trên khuôn mặt trái soan, chàng thường hay nở nụ cười tươi điểm với hai má lúm đồng tiền, trông ít khi thấy ở một thanh niên đang trong hoàn cảnh khó khăn ấy. Còn Huy thì chú ý đến dáng lanh lợi và giọng ca thanh cao của Lan. Nàng có đôi mắt to đen như hai hột nhãn, nổi bật trên làn da trắng. Cả hai đều mới bước vào đời và đều lo lắng đến sinh kế, họ có nhiều điểm tương đồng lẫn những khác biệt: cả Huy và Lan đều là nghệ sĩ, họ dễ xúc cảm và đam mê nghệ thuật, sống bằng lý trí nhưng khi gần nhau, họ lại như quên đi cái thực tế của hiện tại, như hai con chim uyên ương tung tăng đùa rỡn dưới ánh nắng ngày Xuân, không biết lo gì đến mùa Đông lạnh lẽo! Không những Huy và Lan chỉ là hai nghệ sĩ trẻ bình thường mà là nghệ sĩ của sân khấu. Cả hai đều sống cho những giây phút màu nhiệm trên sân khấu, dưới ánh đèn màu lấp lánh, trong tiếng vang động của nhạc đã tạo nên sức thu hút kỳ diệu. Trong khoảnh khắc đó, họ đã hết quên hiện tại, cuộc sống tầm thường của bên ngoài, mà đắm chìm vào một thế giới huyền ảo. Chính những cảm giác đó đã khiến họ say mê sân khấu: Cái không khí sôi động, tiếng nhạc réo rắt, tiếng vỗ tay vang rền phía dưới của khán giả.

Có một ngày, Huy đi qua chỗ Lan làm việc. Từ xa, chàng đã nghe thấy tiếng hát trong trẻo của một bầy trẻ. Đến gần, chàng thích thú khi thấy Lan đang điều khiển một lớp học hát bài thánh ca thánh thót: Trong chiếc áo dài trắng, nàng để mái tóc dài kẹp sang một bên, nhìn ở phía sau thì chàng chỉ thấy thân hình nàng thon dài với hai cánh tay vung lên dẫn nhịp. Trông Lan như một thiên thần...

Quen nhau ít lâu, có lần Huy tình nguyện chở Lan về nhà ở khu Ông Tạ, trong một xóm đạo. Gia đình Lan nghèo và hoàn cảnh cũng buồn: Người cha mất sớm để lại khá đông con cho người vợ cáng đáng nuôi sống bằng cách bán rau ở chợ. Nhưng gia đình nàng ngoan đạo...

Rồi hàng ngày khi tan sở, Huy thành thói quen thường chở Lan về nhà. Cả hai có dịp nói chuyện và tìm hiểu nhau: Từ công việc trong sở cho đến sinh hoạt văn nghệ, đến tương lai. Huy bắt đầu thấy xao xuyến mỗi khi gần Lan...

Vào dịp cuối năm đó, gần đến Giáng Sinh, trời Sài - Gòn đột nhiên trở lạnh, Lan rủ Huy dự lễ sinh nhật của cô bạn thân trong xóm. Huy đến nhà và chờ nàng trang điểm, đang cảm thấy trống trải ở phòng khách thì đột nhiên Lan ở trong bước ra. Nàng mặc chiếc áo dài đỏ bám sát lấy thân hình thon thả, ở cổ quấn cái khăn quàng màu vàng sặc sỡ. Nàng trông như một cô gái khác ngày thường mà Huy vẫn đối diện, đẹp hơn hẳn ngày đi làm không phấn son. Lan cười, có lẽ vì thấy vẻ sững sờ của người yêu:

- Anh thích em mặc áo màu đỏ không?

Huy đứng dậy rồi ấp úng trả lời:

- Ồ em mặc áo này đẹp lắm!

Bữa tiệc sinh nhật được tổ chức trên gác thượng của một căn nhà lầu ba tầng, chỉ có vài người thân nên ấm cúng và giản dị. Ăn cơm xong, họ ngồi nói chuyện và ăn bánh sinh nhật, có người mang cây đàn guitare ra đánh và hát. Huy thấy Lan tung tăng như con chim số lồng. Nàng xem ra vui vì có Huy và hãnh diện với bạn bè: Cuộc sống nghèo nàn trước đây nàng đã phải chịu đựng bao lâu rồi sẽ qua đi, vì nếu có việc làm chắc chắn và lấy Huy, cả hai sẽ có tương lai sáng sủa... Lan nhờ anh bạn chơi đàn đệm cho nàng hát. Trước khi bắt đầu nàng nhìn Huy rồi nói:

- Lan xin hát bài "Oui Devant Dieu ," riêng tặng anh Huy...

Tay nàng chỉ về Huy như cho mọi người biết là ai và ám chỉ gì ở bài hát này...

Huy cũng nhìn nàng, và thấy một cảm giác ấm áp xâm chiếm lấy mình...

Ít lâu sau Huy và Lan lấy nhau, tuy nhiên chàng không chịu vào đạo nên không có lễ ở nhà thờ...

*

Vào sáng hôm thứ hai, mấy người trượt sóng trên bờ biển thành phố kiếm thấy một xác người đàn ông đang trôi dạt vào chân cầu tầu. Cảnh sát điều tra mà không biết lý do gì người Việt - Nam này ngã xuống biển chết. Nhưng một người bạn của Huy thì vẫn cho là anh đã muốn chết hơn là sống. /.

DUYÊN SỐ

Tường bước tới gần cửa sổ và kéo màn nhìn ra ngoài: mấy cây trước nhà đã trụi lá và chỉ còn trơ những cành khô, vài cành nhỏ khẳng khiu thì đang lắc lư; trên cao bầu trời xám với nhiều đám mây thấp lè tè đang trôi nhẹ nhàng, tất cả đượm một vẻ ảm đạm và lạnh lẽo của một buổi sáng ngày Đông. Những hình ảnh đó đang diễn ra không một tiếng động khiến Tường có cảm tưởng như đang xem một đoạn phim câm trong dĩ vãng xa xôi...

Hôm nay chủ nhật, thức dậy trễ hơn mọi ngày, với sự êm ả khác hẳn mọi khi cho Tường biết là Bích, vợ chàng, đã đi chợ từ sớm. Cơn lạnh làm Tường rùng mình, chàng vội khoác thêm chiếc áo dạ rồi bước ra ngoài hàng lang để vặn lò sưởi lên. Chỉ một chốc lát là tiếng của máy quạt đã bắt đầu chạy rè rè, phá vỡ bầu không gian yên tĩnh. Tường đi qua nhà bếp vặn ga nấu nước sôi để pha bình trà và kiếm cuốn sách để sẵn trên bàn, dự trù sẽ vừa uống trà và đọc cuốn truyện mới mua. Vào một buổi sáng lạnh như hôm nay thì đó là niềm vui giản dị của Tường. Hơn nữa ở Dayton không có cái thú la cà như ở

Ca - Li vì người Việt chẳng có bao nhiêu, con bạn bè thì cũng hiếm hoi nên rốt cuộc chỉ còn ở nhà cho xong một ngày nghỉ.

Ngồi vào chiếc ghế bành, Tường nhìn ra ngoài sân và thấy vườn cây lá trơ trụi tương phản với màu xanh tươi vào tháng trước đây. Cảnh vật đổi thay làm cho lòng người cũng thêm buồn. Những ngày như hôm nay thường mang đến cho Tường một cơn buồn vô cớ, nó xâm chiếm nhẹ nhàng tâm hồn, như chàng đang mất mát một cái gì quý giá, mơ hồ... một cơn buồn không tên. Chợt Tường nhớ đến các bạn và kỷ niệm của năm xưa, khi còn đông đủ...

*

Thành phố Dayton thuộc tiểu bang Ohio chỉ là một tỉnh nhỏ thuộc miền Trung - Tây Hoa - Kỳ: ở đây, vào mùa Đông thì lạnh gay gắt nhưng rồi mùa Hè lại cũng nóng dữ dội. Chẳng vì vậy mà nhiều người Việt ta đã đến đây định cư một thời gian ít lâu rồi cũng kiếm cách ra đi về các vùng nắng ấm khác. Tuy vậy, vào khoảng những năm 80, do số người vượt biển định cư lên cao, nhiều bà con đến đây sinh sống và một số lớn đến để đi học. Họ tụ tập ở một khu nhà rẻ tiền và sống nhờ trợ cấp xã hội. Khu này thuận tiện cho việc đi học và nhờ vậy còn được thêm chút tiền học bổng dư đem về sau mỗi khóa, nên ai cũng đua nhau đi học.

Lúc đó gia đình Tường và Việt cũng ở xóm này và cả hai đi học cùng trường. Họ quen nhau và dần dần thân với nhau. Hai đứa đều đã đứng tuổi nhưng vì không đi học thì cũng không biết làm nghề gì để sinh sống nên họ cố gắng kiếm lấy mảnh bằng, hy vọng sau sẽ xin việc làm nhẹ nhàng, không phải lao động chân tay. Quá khứ ở Việt - Nam của Tường và Việt giống nhau: lớn lên ở Sài - Gòn, đi lính rồi đi tù. Nhưng tính tình hai người thì lại khác nhau: trong khi Tường lè phè và dễ dãi thì Việt lại thận trọng và tính toán. Nhưng cả hai đều là bạn tốt của nhau và họ giúp đỡ lẫn nhau và chia sẻ nhiều thứ trong đời sống hàng ngày. Đây là tình bạn nảy sinh do sự cần thiết của cuộc sống tha hương. Sau bốn năm học, cả hai đều ra trường và có việc làm ngay tại Dayton. Trong khi đi học thì Tường có phần học giỏi hơn Việt, nhưng ngược lại sau đi làm thì Việt được lương cao hơn Tường. Hóa ra học giỏi bên Mỹ không nghĩa lý gì mấy ngoài một giải chữ đậm ghi trên mảnh bằng "Hạng Ưu". Cả hai đều mua nhà và dọn ra khỏi khu rẻ tiền. Họ vẫn giữ mối giao hảo và gặp nhau hàng tuần.

Hà, vợ của Việt, rất sành sỏi trong việc nội trợ bếp núc, và thường hay rủ Bich đi chợ, cùng nhau nấu nướng, làm các món ăn ngon cho hai gia đình, đôi khi họ mời bạn bè, hàng xóm qua ăn uống, vui chơi vào những ngày nghỉ học. Đó là là cái vui nho nhỏ của các bà như để đền bù lại những ngay thiếu thốn, vất vả khi còn ở bên nhà sau 75.

Cách đây ba năm, Việt rủ Sơn - một người bạn tù cũ - qua đây sinh sống để có cơ hội đi học như mình. Sơn sang Mỹ theo diện HO và đang ở Texas. Việt giúp cho Sơn xin được nhà ở khu này và hưởng tiền trợ cấp xã - hội, rồi ghi danh cho Sơn đi học.

Vào dịp Tết năm đó, Việt có mời Tường và Kha - một kỹ sư trẻ mới đến làm việc - ăn tiệc đầu năm. Kha trẻ tuổi nhất trong nhóm, vượt biên qua đây sớm, vốn bản tính thông minh chàng đã lấy hai bằng kỹ sư trong bốn năm, nay Kha đang vừa đi làm vừa học cao học về điện toán. Tường đi ăn một mình vì Bích có việc bên gia đình đã bay qua Ca - li. Chàng không xa lạ gì với căn nhà của Việt, vì đã giúp Việt dọn nhà và sau đó cũng đã phụ sơn, sửa chữa nhiều thứ. Nằm ở một khu gia cư trung lưu, chung quanh nhà là mảnh vườn nhỏ, trước có trồng rau thơm nhưng hôm nay đã khô héo vì lạnh. Căn nhà đã cũ, nhưng nhờ vào sự tháo vát và khéo tay, Việt đã sửa nó thành gọn gàng và đẹp mắt. Tại phòng khách có treo một bức tranh sơn mài vẽ cảnh đi chơi xuân mua ở Việt - Nam, bên trái là tấm hình lớn của vợ chồng Việt và đứa con gái. Bức hình chụp nhưng được tô điểm lại, hình như mọi nét ở khuôn mặt đều được cho tăng lên: cái mũi cao hơn một chút, đôi mắt to ra, nụ cười rạng rỡ hơn nên trông không còn là bức hình chụp mà giống như một bức tranh ai vẽ, cả ba nhân vật trong hình khác xa với người thật ngoài đời. Nếu một người lạ bước vào nhà cũng nhận ra ngay đây là nhà của một người Việt trung bình...

Việt mở cửa cho Tường rồi dẫn vào phòng khách, tại đây Tường thấy vợ chồng Sơn đang đứng nói chuyện với Kha, hình như họ đang bàn về việc đi học bên Mỹ. Sau khi giới thiệu, Việt xin phép xuống bếp để phụ cho vợ sửa soạn thức ăn, Tường bắt tay hai người và thấy Sơn có nụ cười hồn nhiên cởi mở. Người tầm thước nhưng trông khỏe mạnh, Sơn với đôi mắt tuy nhỏ nhưng lanh lợi khiến khuôn mặt trở nên thanh tú, ở chàng toát ra một vẻ thành thật và hiền hoà. Còn Lan, vợ Sơn thì chỉ gật đầu rồi đi xuống bếp. Lan có khuân mặt chữ điền với đôi mắt hơi nhỏ nhưng sắc sảo, người nàng thấp và gầy với nước da bánh mật, nàng trông lịch sự và sang trọng. Tường nói vài câu xã giao với Sơn và Kha. Một chập sau bàn tiệc được dọn ra. Hà đã đứng bên cạnh bàn ăn chờ cho chồng đang lúi húi mở chai rượu vang, vừa làm chàng vừa nói lớn:

- Mời các anh chị ngồi vô bàn... Hôm nay vừa là dịp Tết vừa có anh chị Sơn qua đây ở, vợ chồng tôi hân hạnh đãi quý vị... Tiếc là thiếu chị Bích đi Ca - Li... Xin chúc mừng năm mới: sức khoẻ và hạnh phúc... rồi phát tài luôn.

Sau khi rót rượu, mọi người nâng lý chúc nhau: căn phòng trở nên sôi động và ấm cúng dù bên ngoài bông tuyết đang hắt vào cửa sổ rồi tan ra chảy dài dọc xuống, như đang có một một cơn mưa nhỏ. Bạn bè quây quần làm cho cái Tết tha hương đầm ấm. Vài món ăn thuần túy Việt - Nam được bầy là liệt trên bàn: hai đĩa giò thủ với củ kiệu, rồi bánh chưng kèm theo dưa món, thêm vào còn có giò chả bên cạnh hai tô canh bóng. Đã vậy Hà còn nói với mọi người là sẽ còn có bún bò Huế nếu ai còn đói! Tường thầm tiếc chai rượu Tây thật không hợp với các thức ăn hôm nay.

Phe đàn ông ăn mạnh dạn còn các bà thì có vẻ từ tốn hơn. Sau khi ăn, Việt mời các bạn bước qua phòng khách uống trà ăn mứt.

Sơn bây giờ đã bắt đầu quen với Tường nên bớt dè dặt, quay sang hỏi chuyện Kha về việc học hành ở Mỹ, điều mà chàng đang lo lắng và quan tâm vì có mặc cảm và thiếu tự tin ở khả năng học của mình. Anh đang ái ngại rằng điều kiện sinh sống với tiền trợ cấp chẳng biết có đủ kéo dài bốn năm cho đến khi ra trường hay không?

Nói về căn bản học vấn lúc còn ở Việt - Nam thì chỉ có Lan là đã tốt nghiệp cử - nhân Luật, Kha thì đang là sinh - viên y - khoa khi đất nước bị đảo lộn, cả Tường và Việt đều lêu bêu chưa xong cái bằng tú - tài hai rồi bị động viên đi Thủ - Đức.

Trong khi Kha đang thao thao khen nền giáo dục ở Mỹ thì Lan nghe vậy, lên tiếng ngay:

- Xin lỗi các anh chứ tôi tuy mới qua nhưng ông anh tôi là bác - sĩ qua từ 75 lại chê tụi bác - sĩ Mỹ ghê lắm. Anh ấy nói là tụi nó chỉ biết có phần chuyên môn nhỏ hẹp thôi. Không như bác - sĩ Việt - Nam, bệnh gì cũng chữa được. Anh tôi lúc trước làm Quân - Y cùng đơn vị với anh Sơn này, anh Sơn cũng biết anh ý vừa mổ xong lại đỡ đẻ cho vợ lính luôn!

Kha là người duy nhất đã học qua cả hai nền giáo dục nên lên tiếng giải thích:

- Chị Lan à! Bên này hệ thống học của họ khác bên nhà: cái gì họ cũng chuyên môn hoá cả. Còn Việt Nam mình thì theo Pháp học tổng quát kỹ hơn. Tôi nghe nói bây giờ bên Tây họ cũng chuyển sang như Mỹ rồi. Mỗi nền giáo dục đều thích hợp với hoàn cảnh của nước ấy. Khi một nước không có đủ túc số bác - sĩ thì ưu tiên là cần nhiều người chữa được mọi bệnh phục vụ cho quần chúng chứ.

Lan xem ra sẵn vốn bướng bỉnh và tự cao nên không chịu ý kiến của Kha. Nàng nâng cao giọng:

- Tôi biết nhiều người ở Việt - Nam chả học hành gì được vậy mà qua đây cũng đỗ bằng này bằng nọ. Như vậy có phải là học hành bên này dễ quá đi chứ! Tôi nói anh Sơn là cứ đi học đi chẳng sợ gì khó cả, rồi sẽ ra trường có bằng cấp như ai.

Tường nghe vậy lấy làm khó chịu, vì chính chàng trước kia cũng không học hành ra gì; nhưng trong thân tâm, chàng vẫn cho là mình không phải kém thông minh hay học dở mà vì hoàn cảnh gia đình phải bỏ đi làm sở Mỹ kiếm tiền. Tự nhiên chàng thấy mình may mắn được ở đây và cũng đã học xong được cái bằng, dù chả là gì nhưng cũng nở mặt nở mày, khiến cho Bích hãnh diện đôi chút với gia đình. Sơn có lẽ thấy vợ mình hơi nói quá nên tìm cách giảng hòa cho mọi người được vui vẻ:

- Học theo kiểu Pháp khó khăn vì toàn là thi tuyển, chỉ một số nhỏ đậu được thôi. Còn ở đây có lẽ họ chủ trương cho đậu nhiều hơn. Mà tôi cũng nghe nói là bên này có mảnh bằng là một chuyện, còn tùy ở trường nào nữa. Nếu ở Harvard thì mới chắc là giỏi. Có phải vậy không anh Kha?

- Anh Sơn nói đúng vậy.

Kha trả lời. Việt từ lúc đầu không nói gì, chợt thấy có vẻ hơi căng thẳng, đứng dậy đề nghị:

- Thôi nhé, Tết nhất nói chuyện học hành làm gì để anh Sơn sợ.

Chàng quay về phía vợ rồi nói tiếp:

- Em ơi vô lấy bộ bài ra chúng mình chơi đầu năm cho vui.

Đánh nhỏ thôi, cho có không khí Xuân.

Mọi người đứng dậy dọn lại cái bàn tiệc rồi quay qua đánh xì lác. Việt với tư cách chủ nhà đứng ra làm cái trước, rồi cùng xoay tua nhau. Bầu không khí trở nên sôi nổi và ai cũng vui. Hình ảnh của những ngày Tết xa xưa chợt đến với Tường, chàng nhớ đến Bích, không biết giờ này nàng đang làm gì bên Ca - Li? Ở bên đó hẳn là là ấm áp và vui vẻ và có hương vị Tết, không như đây, vừa buồn vừa lạnh lẽo. Chàng tiếc là không quyết định dọn sang bên đó sau khi ra trường như bạn bè vẫn thúc đẩy... Chàng cũng tự an ủi là may mà có bạn bè ở đây như Việt và Kha và dù mới quen như Sơn, cũng mang đến chút ấm áp cho cái Tết tha hương. Tường tự nhiên có thiện cảm với Sơn và cho rằng cái nhận xét đầu tiên về một người khi mới gặp thường là đúng nhất. Tường thông cảm với hoàn cảnh của Sơn vì chính chàng cũng đã trải qua những khó khăn đó: những ngày dài đi học, lúc nào cũng lo lắng không biết có làm bài thi được không, những túng thiếu của cuộc sống hàng ngày, những khi cãi vã với vợ vì tiền nong, ám ảnh bóng giáng mặc cảm khi đi đến nhà ai giàu sang ăn tiệc...

Đến phiên Kha làm cái và đang hên liên tiếp thì cũng đã trễ. Thấy mọi người có vẻ mệt mỏi, chàng đề nghị bỏ hết tiền chơi một ván chót rồi nghỉ. Kha cố ý đánh cho mình thua vì trong khi mình khá giả nhất mà lại được, chàng không nỡ thấy các bạn mình thua.

Quả nhiên ván đó Sơn được. Mọi người đứng dậy và sửa soạn ra về. Sơn dù sao cũng hiểu được thầm ý của Kha.

*

Ít lâu sau, Sơn ghi danh đi học. Chàng dự trù sẽ học về điện toán, nhưng năm đầu thường chỉ học nhiều môn tổng quát như: toán, lý, hoá... v. v... Vì muốn phụ giảng bài cho Sơn, nên buổi chiều, sau khi đi làm ra, Tường hay ghé nhà Sơn. Từ đó hai người trở nên thân mật và Tường cũng bắt đầu biết nhiều về quá khứ người bạn mới: Sơn là con út của một gia đình đông anh em, mất mẹ từ nhỏ, chịu cảnh dì ghẻ con chồng và sống với người chị lớn. Lúc nhỏ Sơn học chương trình Pháp nhưng rồi qua thi tú tài Việt. Sơn thích nhạc trẻ ngoại quốc và say mê học đàn guitare rồi cũng bạn bè thành lập ban nhạc chơi dạo cho các party, tiệc cưới. Chàng không chăm lo việc học hành nên cuối cùng bị động viên đi lính.

Ra trường, đổi lên Pleiku, Sơn là một tay đánh bài mà chược sành sỏi, là khách thường xuyên trong đám sĩ - quan trẻ, trong số đó có người anh của Lan làm bác - sĩ Quân Y. Sơn đánh giỏi đến độ sau khi xem bài lần đầu là chàng úp xuống và nhớ ngay vị trí con bài, không cần dựng bài như người khác và mỗi khi bốc một con, chỉ cần mó qua ngón cái là biết là con gì, không cần lật lên xem mặt quân bài! Nhờ đó Sơn không những kiếm ra tiền lai rai mà còn quen biết nhiều nên cuộc đời lính cũng để thở.

Vào một dịp đi phép ở Sài - Gòn, Sơn ghé qua nhà Lan để đưa quà của người anh cho gia đình. Gặp Lan lần đầu, Sơn thấy nàng cũng dễ coi và nhanh nhẹn. Mặc dầu không đẹp nhưng với đôi mắt lanh lợi, ở nàng tỏa ra một vẻ kiêu sa của một con gái trưởng giả người Bắc. Lúc đó Lan vừa học xong Luật và bắt đầu đi làm cho bộ Tài Chánh. Gia đình Lan cổ và lễ giáo, ông bà cụ đã lớn tuổi nên nuông chiều đứa con gái duy nhất. Ba người anh của Lan đều thành đạt: hai là bác sĩ còn một là giáo sư trung học. Cả ba đều là cựu học sinh trường Chu văn An, còn Lan là nữ sinh Trưng Vương. Trước kia dòng dõi nhà Lan nổi tiếng là khoa bảng ở Hà - Nội. Lúc còn là học sinh, các bạn của anh Lan bên Chu văn An cũng hay đến chơi và ngắm nghé nàng. Nhưng không biết vì sao, Lan vẫn chưa chịu ai.

Lúc gần xảy ra biến cố tháng Tư, các anh của Lan may mắn di tản kịp thời, để nàng ở lại trông nom cha mẹ già, vì còn mong gặp người thân kẹt bên kia vĩ tuyến. Bộ đội tràn vào Sài

- Gòn làm đảo lộn cuộc sống, "trời đã sập," cuộc sống thay đổi... Trong khi đó thì Sơn chịu cảnh tù đầy ngoài Bắc nhiều năm.

Khi được tha về Sài - Gòn, chàng đến nhà Lan dò hỏi tin tức của bạn mình và ngạc nhiên khi thấy nàng vẫn còn sống độc thân. Lan đã trên ba mươi và đang ở thời "nửa chừng xuân". Không biết lý do gì đã khiến Lan thay đổi ý kiến và chấp nhận lấy Sơn: nàng sợ cho tương lai hay nàng chợt thấy Sơn là người hiền lành và cũng sắp sửa đi Mỹ? Nhưng theo Sơn thì cũng là do duyên số của hai người. Sơn cho rằng Lan rất thông minh và được rèn luyện bởi một nền giáo dục cổ kính nên hai vợ chồng sẽ tạo dựng một gia đình vững chắc và êm ấm. Khi đến thành phố này thì con gái Sơn đã mười hai tuổi.

Thường thì Tường ghé nhà Sơn vào buổi chiều và ở đó vài ba tiếng, nhưng chỉ sau vài hôm là chàng thấy ngay là Sơn học rất sáng dạ và chăm chỉ: nhiều đêm Sơn thức đến hai ba giờ sáng để ôn bài. Do anh - văn chưa thành thạo nên Sơn phải cố gắng đọc đi đọc lại và mất thì giờ tra - khảo từ điển. Nhìn qua sự bầy biện trong nhà, Tường biết ngay hoàn cảnh tài chánh eo hẹp của bạn mình: bàn ghế thì toàn các thứ xin ở nhà thờ, quần áo Sơn mặc cũng sờn cũ. Mùa hè dù nóng bức nhưng Sơn cũng không cho chạy máy lạnh, mùa đông thì chàng mua plastic che kín các cửa sổ cho đỡ tốn sưởi.

Chợt một đêm, Tường đến nhưng không thấy Lan ở nhà. Sơn cho biết nàng đã bay qua Ca - li đi dự họp mặt của cựu nữ sinh Trưng Vương.

Sơn kể lại là Lan cố nài nỉ cho nàng đi dù có tốn kém tiền vé nhưng vì nàng quá hãnh diện về ngôi trường cũ của mình và không muốn hổ thẹn với bạn bè, họ toàn là vợ của các kỹ sư, bác sĩ.

Thấy cũng đã khuya, Tường sửa soạn đứng dậy ra về thì

chợt con gái của Sơn, từ trên gác xuống, đứng ở cầu thang nói vọng vào phòng khách:

- Bố ơi, bố nhớ để tiền trên bàn cho con ngày mai còn đóng đi ăn cơm tây theo lớp Pháp văn.

- Bao nhiêu vậy con? Sơn hỏi lại.

- Ba chục nhe Bố.

Sơn có vẻ ngạc nhiên:

- Sao nhiều quá vậy con. Con đi học thôi, chứ đâu có cần đi ăn theo tụi bạn làm chi?

Hồng giận dỗi vừa bỏ lên gác vừa nói với:

- Mẹ đã cho phép con rồi, bố cứ để tiền cho con...

Nói xong Hồng chạy lên gác, sau đó là tiếng đóng sập cửa ở trên dội xuống. Sơn nhìn Tường với vẻ xấu hổ nhưng yên lặng không nói gì. Tường đứng dậy xin phép ra về. Trên đường lái xe, chàng suy nghĩ mông lung về cuộc sống gia đình bạn mình và cảm thấy ái ngại cho Sơn. Chàng xua đuổi những ý nghĩ buồn và hy vọng một ngày gần đây, khi ra trường và có việc làm tốt, gia đình Sơn sẽ vui vẻ và ổn cố như gia đình mình, sẽ không còn những lo lắng lặt vặt về tiền bạc.

Mỗi khi xong một khóa học, được nghỉ vài tuần, Sơn thấy thoải mái, dễ chịu, bớt cái lo âu của bài vở, thi cử, chàng không ngờ mình được điểm cao và thời gian qua cũng nhanh. Sơn có thì giờ tổ chức mời các bạn đến nhà chơi, chàng trổ tài nấu các món nhậu đã học được từ lúc đi lính và ở trong tù. Nhiều món khó kiếm ở đây như bò nướng lá lốt thì Sơn chế biến thay bằng lá tía tô hay lá nho. Có một món bò tái chàng dùng đến rượu cồn để nướng mà chàng đặt tên là "bò quanh lửa hồng" ai cũng thích. Thường thường Sơn không những phụ trách nấu bếp mà sau đó chàng còn cho các bạn nghe tiếng đàn guitare và giọng hát trầm ấm của mình qua các bản nhạc trẻ thời trước. Sơn hiếu khách bao nhiêu thì Lan có vẻ dè dặt và lạnh lùng như có một điều gì không làm cho nàng vừa lòng cuộc sống ở đây.

Vào một dịp họp mặt, sau bữa ăn, bạn bè ngồi quây quần nói chuyện, nhiều khi họ nói về quá khứ của mỗi người, nhất là kỷ niệm lúc còn bên nhà, về thành phố Sài - Gòn thân yêu, thời còn nhỏ khi là học sinh... Không biết tự nhiên hôm đó, ai chợt nhắc đến một cuộc tình nổi danh thì Tường nói đùa về tình duyên của mình, chàng nói:

- Chúng tôi lấy nhau là do duyên số các bạn ạ...

Bích đang ngồi dựa vào vai Tường, liền ngồi thẳng dậy, nguýt mắt chồng:

- Duyên số hay bây giờ là duyên nợ đấy?

Nghe vậy, Lan lên tiếng phản đối:

- Tôi thì chẳng tin vào số với xiếc. Tôi muốn lấy ai thì đó là quyết định của tôi. Thời buổi này mà còn tin vào tướng số!

Lúc còn trẻ, Tường cũng không tin vào duyên số nhưng rồi càng về sau, khi trải qua nhiều đoạn trường bể dâu ở đời, chàng càng cảm thấy ngay sự việc mình tưởng là mình chủ động về quyết định của mình, nhưng hình như lại bị đưa đẩy từ một nguyên nhân bí ẩn mà mình không rõ, chàng cho duyên số là bàn tay bí mật của định mệnh đã điều khiển mọi người. Tường chợt nhớ đến nhân vật Philips trong cuốn truyện của Maugham mà chàng say mê đọc lúc còn trẻ: Tình yêu của nhân vật này không thể giải thích theo lẽ thông thường được, có phải chăng đó là duyên nợ?

Đột nhiên không báo trước, từ một góc phòng, Sơn cất tiếng hát bài "La vie c'est une histoire d'amour" - thịnh hành vào những năm 70, giọng chàng trầm bổng, tha thiết như chính bản nhạc đó chứa đựng tâm sự của mình... Ca khúc này cũng đưa Tường về quá khứ, với kỷ niệm của chàng với Bích lúc chưa lấy nhau, những đêm hẹn hò trên sân thượng nhà Bích, cả hai cùng nghe đi nghe lại bản này... một vùng dĩ vãng đẹp đã đi qua và sẽ không bao giờ trở lại... Mọi người ngạc nhiên về tiếng ca của Sơn, mặc dù không có gì đặc sắc nhưng vì chàng hát với cả tâm hồn của mình nên khiến mọi người có mặt đều thấy xúc động.

*

Sau một năm học, Sơn mừng là mình đã được điểm cao và làm cho Lan vui. Hai vợ chồng tin tưởng vào tương lai mặc dầu vẫn còn khó khăn về tiền bạc: trợ cấp và food stamps chỉ vừa đủ tiêu xài tối thiểu. Hai người anh của Lan cũng chỉ giúp đỡ họ chút đỉnh cho có lệ.

Cô con gái thì đã lớn và bắt đầu đua đòi như bạn Mỹ. Tường cũng không đến giúp bài cho Sơn nữa vì qua năm học này, Sơn có nhiều lớp chuyên môn mà Tường không còn đủ khả năng để cố vấn bạn mình.

Một hôm đi làm về, Tường chợt nghe điện thoại reo: Việt gọi tới nói:

- Tường ơi, tôi mới ghé nhà Sơn thì được biết Sơn đổ bệnh và chắc phải bỏ học khóa này.

Giọng Việt lắng xuống và buồn.

Tường vội hỏi:

- Anh Sơn bị gì đó Việt?

- Nghe chị Lan nói anh mất ngủ mấy ngày nay và không ăn uống gì nhiều, có lẽ bi suy nhược thần kinh... Sơn nằm trên lầu nên tôi không gặp...

Tường sửng sốt rồi đề nghị:

- Ngày mai hai chúng mình ghé xem sao có được không?

- Xong ngay, chiều mai nhe!

Lan mở cửa và mời Tường và Việt vào nhà, cả hai ngồi ở phòng khách đợi nàng đi xuống bếp pha nước trà mời khách. Sau khi ngồi, Lan bắt đầu kể về bệnh tình của Sơn: khởi đầu là mấy đêm liền Sơn bị mất ngủ, Lan cho rằng vì chồng mình thức khuya để học nên không có gì đáng lo ngại nhưng sau đó Sơn lại trở nên biếng ăn và ít nói, cả ngày chỉ ngồi trên phòng, còn về đêm thì thường thức trắng cho đến sáng. Tình trạng ấy nó kéo dài hơn một tuần lễ, Lan thấy bắt đầu lo và quyết định đưa chồng đi khám bác - sĩ gia đình, rồi từ đó họ lại chuyển qua bác - sĩ thần kinh. Sau khi chuẩn bệnh, bác - sĩ chuyên môn cho Sơn uống nhiều thuốc an thần và thuốc ngủ; từ đó Sơn ngủ li bì và cũng ăn nhiều, rồi lên cân.

Tường ngỏ ý muốn gặp Sơn thì lúc đầu Lan có vẻ ngập ngừng nhưng rồi cũng đồng ý và lên gác kêu. Sau chốc lát, Sơn đi xuống. Mới thấy Tường và Việt, trong một khoảng khắc rất nhanh, ánh mắt Sơn vụt sáng lên nhưng ngay sau đó là chìm đắm xuống, như một ngọn lửa que diêm mới lóe lên rồi chợt tắt. Cử chỉ của chàng cũng vậy, như dự tính đưa cánh tay ra bắt lấy tay bạn mình nhưng rồi lại rút về, Sơn ngồi phịch xuống ghế như người mất hồn. Mặc cho lời hỏi thăm của Tường và Việt, chàng ngồi yên, tâm tư như nhìn vào góc nhà hay hướng về một nơi xa xăm nào đó, vô định, còn đôi mắt Sơn trông hoang dã như của một con thú! Tường chờ một lúc rồi tiếp tục hỏi chuyện Sơn, hy vọng sẽ có câu trả lời nhưng rồi Sơn vẫn yên lặng, bất động như không biết có ai xung quanh mình. Ngồi một hồi lâu như vậy, cảm thấy không khí căn phòng trở nên nặng nề, hai người bạn xin kiếu từ Lan ra về. Khi đó Sơn vẫn ngồi bất động như một người đang ở một thế giới khác.

*

Lâu lâu Tường cũng vẫn gọi điện thoại hỏi thăm Sơn,

nhưng lần nào Lan cũng trả lời là chồng mình vẫn như vậy, không tiến triển, vẫn hay ngủ rồi lại ăn nhiều, và không muốn đi đâu làm gì, nhất là rất ít nói hay tâm sự với vợ con. Theo Lan thì tình trạng này sẽ kéo dài, bác - sĩ cũng bó tay, thuốc thì chỉ cho ngủ và khiến cho Sơn ăn nhiều thêm.

Bẵng đi một thời gian, Việt báo tin Kha sẽ chuyển về lại Ca - li và rủ Tường và Bích ghé nhà ăn tiệc tiễn đưa Kha, lần này sẽ không có vợ chồng Sơn, bữa cơm không được vui, một phần vì Kha sắp ra đi, phần nữa vì không còn được đông đủ bạn bè như trước. Sau bữa tiệc, Kha cũng lấy cây đàn ra đảo mấy bản nhạc mà trước đây Sơn đã từng hát, Kha ca hay nhưng giọng không được truyền cảm như Sơn. Căn phòng trở nên yên lặng khi nghe Kha hát, có lẽ mọi người đều theo đuổi ý nghĩ riêng của mình, một tâm sự hay kỷ niệm nào đó đến với họ qua bản nhạc tình quen thuộc này, giọng của chàng hòa đều với tiếng đàn. Sau khi hát dứt, Kha lấy lý do để có thời giờ sửa soạn cho chuyến bay nên xin về sớm. Mọi người chúc Kha đi may mắn rồi từ giã nhau ra về. Riêng Kha nhắn Tường ghé nhà chàng vì có chuyện muốn nói riêng với Tường.

Tường tạt qua nhà Kha. Ngồi ở phòng khách, bên cạnh các thùng đồ ngổn ngang, Kha cho Tường biết mới ghé qua trường để làm giấy tờ thì tình cờ gặp một anh bạn học cùng lớp với Sơn, theo anh này kể lại thì vào kỳ thi khóa trước, trong khi làm bài Sơn có lật sách ra chép và bị ông thầy bắt gặp đuổi ra khỏi lớp; bài thi bị chấm rớt và vì đó là một lớp chính của ngành nên Sơn không thể tiếp tục học được nữa. Cũng theo lời anh bạn này kể thì khi Sơn về nhà báo tin cho vợ biết, Lan đã nổi trận lôi đình và mắng nhiếc Sơn một cách thô lỗ; không những thế, cả đứa con gái cũng về hùa với mẹ mà lớn tiếng với cha. Tường lặng người khi nghe Kha kể, chàng không thể ngờ nó đã xảy ra như vậy: Sơn đã cố gắng hết sức để học, nhưng rồi không hiểu vì lý do gì mà sao chàng đã hành động sơ xuất vậy? Chàng vì muốn làm vừa lòng vợ con, nay lại đã làm thất vọng họ trong giây phút yếu lòng. Chính người thân yêu nhất của chàng đã đối xử với chàng như một kẻ thù... nhưng Sơn vẫn thương yêu họ, chắc chàng không thể hiểu nổi cuộc đời này nữa... hay những gì xảy ra gần đây chỉ như giọt nước làm tràn bát nước đầy, và rồi bây giờ còn gì cho Sơn bám víu vào mà sống? Tất cả giấc mộng tương lai chàng đang xây nay bỗng xụp đổ, Sơn giờ chỉ còn hai bàn tay trắng. Không ai hiểu nội tâm trạng Sơn lúc này ra sao, chàng đang nghĩ gì? Cái mảnh bằng có thật sự quan trọng một cách... bẽ bàng như vậy chăng?

Không biết tại sao, và lý do gì, sau đó Sơn mất ngủ và đổ bệnh. Tường ngồi yên, để mặc cho ý nghĩ và hình ảnh xưa dồn dập diễu qua trong ký ức của mình. Chàng không thể nào ngờ một người vợ mà trước đây Sơn đã yêu như một người em gái Trưng Vương hiền hòa, nay đã trở thành một con người dữ tợn, thiếu hẳn đi tình người tối thiểu... Còn đâu hình ảnh êm đẹp của Lan trong bộ áo trắng nữ - sinh trinh nguyên, e lệ tản bộ đi học về qua ngã Sở Thú, dọc theo đường Nguyễn Bỉnh Khiêm xưa kia...

*

Kha đi được ít lâu thì Việt cũng bận rộn đón gia đình người em trai qua Mỹ theo diện đoàn tụ. Việt kiếm được cho thầu lau chùi dọn dẹp tại một hãng làm sắt để cho người em và các cháu có việc làm mà không cần đợi phải học thông tiếng anh. Việt mỗi ngày phải lái xe chở cho gia đình người em đi làm, rồi đưa đón các cháu đi học nên chàng trở nên bận rộn. Từ đó hai người bạn cũng hiếm gặp nhau. Lâu lâu Tường gọi điện thoại hỏi thăm nhưng ít khi Việt có nhà.

Rồi ít lâu sau đó, trong một dịp đi chợ Việt - Nam, Tường nghe có người quen nói lại là có thấy Sơn ở một trường Đại - Học Cộng Đồng bên thành phố kế cận nhưng không rõ chắc chắn là Sơn xin ghi danh học hay chỉ đến chơi. Chàng mừng thầm là Sơn đã bớt hay có thể khỏi bệnh, còn Lan đã đi làm cho một cửa hiệu quần áo.

*

Mùa Hè vừa qua, vào một buổi chiều khi đi làm về, Tường nhận cú điện thoại của Việt báo tin Lan mới cho chàng biết là Sơn chết cách đây đã một tuần. Sơn bị tai biến mạch máu não bên Texas khi đang đi chơi ở nhà người anh họ và chết liền không kịp cứu chữa. Sau đó Lan đã quyết định thiêu xác chồng ở bên đó rồi đưa về chùa ở đây làm lễ cầu siêu vào ngày chủ nhật sắp tới. Tường chờ Bích đi làm về nhà rồi cả hai vội vàng đến nhà Lan.

Lan tiếp hai vợ chồng Tường một cách uể oải. Tuy với dáng điệu bình tĩnh, những nét lo âu và buồn phiền vẫn hiện rõ trên khuôn mặt nàng. Dù sao nàng vẫn giữ được vẻ rất tự chủ trong cuộc suốt cuộc nói chuyện. Tường hỏi thăm là trước kia Sơn có triệu chứng gì như cao máu không thì Lan cũng không trả lời mà chỉ báo tin chi tiết về lễ cầu siêu sắp tới. Cả hai vợ chồng Tường đều không để ý là chính Việt, một người thân thiết với gia đình Sơn mà cũng chỉ mới được biết tin vào ngày hôm qua.

Khi đến thì Tường nhận thấy ngay là không còn chỗ đậu vì hôm nay có quá nhiều xe của khách đến dự lễ cầu siêu cho Sơn. Nói là ngôi chùa chứ ở đây chỉ là một căn nhà nhỏ được Phật tử gom tiền mua lại rồi góp công sức sửa sang thành một ngôi chùa nhỏ mặc dù vẫn đầy đủ kiến trúc và bầu không khí như bất cứ một ngôi chùa Việt nào: Cũng tượng Phật - Thích - Ca, tượng đức Quan - Âm, bàn thờ vong, nhưng vì nhỏ hẹp nên chùa không có vườn cây mà chỉ có một bãi đậu xe nhỏ phía sau. Hiện chùa không có Thầy trụ trì, tất cả việc cúng bái đều do phật tử tự đảm nhiệm lấy, những người này là phật tử rất tha thiết và thông suốt nghi thức cúng bái không thua gì như các vị sư xuất gia.

Tường và Bích cố len lỏi qua đám đông trước bàn thờ vong trên có bày tấm ảnh của Sơn và mâm cơm. Không khí bên trong chùa ngột ngạt vì không có máy lạnh. Lan và con gái đều chít khăn trắng đang đứng làm lễ theo lời chỉ dặn của mấy người Phật tử mặc áo lam đứng hai bên bàn thờ. Tiếng đọc kinh và chuông lâu lâu kêu lên một tiếng keng vang lên nghe buồn thảm như len lỏi và tan biến trong tiếng thì thầm của đám đông.

Tấm ảnh Sơn đang mỉm cười trông như lạc lõng và tương phản với không khí trang nghiêm và căng thẳng của buổi lễ, tưởng như Sơn đang nhìn xuống mọi người mỉm cười với họ một cách mỉa mai.

Tường nhìn lên phía trên cao của bàn thờ, nơi rất nhiều ảnh của những người đã quá vãng. Chàng cảm thấy hình như tất cả mọi người đó đều có điều gì không những buồn mà còn như luyến tiếc cuộc sống này: Họ đã ra đi, có lẽ một cách miễn cưỡng; nhiều khi họ ra đi trong đau đớn của bệnh tật hay tại nạn... Chàng chợt lại nghĩ đến cái chết của Sơn, đến cuộc sống của mình: Không biết bao giờ thì đến phiên mình? Trước khi chết, con người suy nghĩ được gì và có cảm giác như thế nào?... Một người lạ nào đó chen đến và hích mạnh vào vai khiến Tường tìm cách lẩn ra ngoài.

Cảm thấy khó thở vì đám đông và hương khói nghi ngút trong căn chùa hẹp, Tường len lỏi ra ngoài, đến dưới một mái hiên phía trước cổng chùa, nơi đó cũng đang có năm sáu người đứng che nắng và hút thuốc lá.

Khi đến gần, Tường nhận ra người anh họ của Sơn ở Texas vì thấy đầu anh chít khăn tang và đang vừa nói chuyện với người xung quanh vừa hút thuốc lá. Đám đông đang lắng nghe anh ta nói chuyện về Sơn. Tường đứng xích vào chỗ mát thì cũng vừa nghe được tiếng anh ta nói: "... nó qua tôi chơi mấy ngày đầu vui vẻ lắm. Tôi đưa nó đi ăn uống, thăm bạn bè. Không thể nào ngờ đêm đó nó lại tự tử, may mà nó có để lại bức thư chứ nếu không thì cảnh sát cũng điều tra lôi thôi vì nó nhảy từ trên lầu xuống. Thật rõ khổ... từ khi qua Mỹ, tôi đã lo ăn học cho bao nhiêu người ty nạn như nó, vậy mà bây giờ lại không lo được cho thằng em... Thì cũng là số nó vậy chứ biết sao?... " Hút xong điếu thuốc, anh vội vàng xin phép trở vào chùa tiếp tục lễ cầu siêu.

Tường cố nén ngạc nhiên và sửng sốt, chàng xích lại gần chỗ đông người và nhận ra một người quen đã lâu. Chàng đã tính hỏi người này lại cho kỹ câu chuyện về Sơn, nhưng rồi lại thôi, chàng đứng yên nhìn lên bầu trời xanh vắt không một bóng mây...

Tường lững thững đi vào chùa thì vừa xong lễ. Lan bắt đầu rót nước và gắp thức ăn để trên bàn thờ, vẻ mặt nàng lạnh lùng và đanh lại. Hồng đứng gần mẹ, cũng một không đượm chút vẻ đau buồn nào. Tường bước qua phía bàn thờ Phật, chắp tay cúi đầu lễ, xong chàng bước ra ngoài...

Chỉ vài tuần lễ sau khi làm lễ cầu siêu cho chồng, Lan và con dọn đi tiểu bang khác.

*

Tường chán nản đặt cuốn sách xuống rồi ngước nhìn ra cửa sổ: vẫn bầu trời xám đục với vài đám mây trôi chậm chạp. Chàng nhớ đến các bạn cũ: Kha chắc đang vui thú bên vùng nắng ấm Ca - li. Việt thì chắc lại lu bu công việc kiếm tiền và lo cho gia đình người em trai mới qua. Sơn thì đã yên nghỉ vĩnh viễn... Còn Lan, không biết bây giờ ra sao?

Tường đang suy nghĩ miên man thì có tiếng mở cửa rồi Bích nói vọng từ ga - ra vào:

- Anh ơi, ra xách đỡ hộ em.

Tường vội đón vợ rồi phụ nàng đem mấy bịch thức ăn vào bếp. Tự nhiên Tường nói đùa với vợ:

- Em không mua quà gì cho anh hả?

- Có đây! Nào là bánh dầy mà anh thích... Còn cả thịt quay ở chợ tàu nữa. Anh dọn ra mình ăn ngay. Em cũng đói rồi.

Nghe vậy, Tường cảm thấy vui trong lòng. Vừa ăn, chàng vừa thấp giọng nói:

- Này, em có tin vào duyên số không?

- Cái anh này hỏi vớ vẩn. Ăn đi rồi còn lo giặt quần áo, ngày mai đi làm.

Tường vẫn cố gặng lại vợ lần nữa:

- Mà tại sao em lại chịu lấy anh? Có phải là do duyên số không?

- Em không lấy anh thì lấy ai!

Tường nhìn vào mặt vợ, chàng thấy đôi mắt của Bích vừa to vừa đen láy... Hình như nàng cũng đang vui trong lòng như chàng.

NGƯỜI KHÁCH LẠ

Khi ông Long chết, các con không ngạc nhiên vì ông đã gần tám mươi tuổi và sức khoẻ trước đó cũng đã suy yếu; chỉ có bà Long bị xúc động vì là vợ kế và không có con, cho nên bà sợ cho cảnh đơn chiếc của tuổi già của cá nhân mình. Lúc còn sinh tiền, các con hay về thăm cha, cửa nhà lúc nào cũng đông vui, hai ông bà dù sao cũng còn có niềm an ủi. Nhưng nay, ông mất đi, bà Long sợ rằng rồi các con ông rồi sẽ dần lơ là về nhà hơn trước, bà sẽ lẻ loi cô độc và cũng sẽ mất đi nguồn tài chánh trợ giúp từ họ.

Ông Long có tất cả năm người con đều đã lớn và thành gia thất, chỉ mình Bảo là đứa út còn độc thân và đang đi lính đóng ở Sài - Gòn. Lúc còn nhỏ, Bảo đã được các anh chị trông nom và ít gần gũi người cha, bởi trong cuộc sống thường nhật ông lúc nào cũng tỏ ra lạnh lùng và khó khăn. Ông Long chưa bao giờ có dịp ngồi nói chuyện hay tâm sự hoặc thăm hỏi gì Bảo, điều này khiến chàng hầu như không có tình cảm gần gũi gì với cha mình, ngoài sự kính trọng và sợ sệt: Chẳng qua là ông Long đối với gia đình như thông lệ các cụ thuộc những thế hệ của thế kỷ trước, tức là nuôi cho con ăn học, còn việc chăm sóc thì dành cho các bà vợ quán xuyến. Mà Bảo thì lại mồ côi mẹ từ sớm nên lúc nào chàng cũng cảm thấy thiếu thốn tình thương của mái ấm gia đình.

Hôm cha mất, Bảo đang làm việc trong đơn vị. Nhận được tin, chàng vội lấy chiếc Honda chạy đến nhà thương thì ông đã đi trước đó hai tiếng đồng hồ. Bước vào, chàng thấy bà dì đứng bên cạnh giường đang khóc. Thấy Bảo vào, bà ngước mắt nhìn lên rồi lại ôm mặt khóc to tiếng, như có người thân khiến bà càng buồn tủi hơn lúc chỉ có một mình. Lại gần Bảo thấy gương mặt cha mình đã tái xanh, cặp mắt chưa nhắm hẳn như còn hé mở và đôi môi cũng vậy, chàng đưa hai tay nắm lấy tay ông. Cái khô cứng lạnh lẽo của cơ thể người chết truyền qua một cảm giác trống vắng xâm chiếm tâm hồn chàng... nhưng lạ lùng là Bảo không cảm thấy buồn vì như có bức tường vô hình ngăn cách giữa chàng với người quá cố: sự xa cách đã có từ bao năm nay lúc này nó vẫn sừng sững và vững chắc dù ông bố chàng vừa qua đời. Khuôn mặt ông chỉ còn da bọc xương, râu tóc lâu nay không được cắt nên lởm chởm và bạc trắng. Mặc dầu đã đôi lần tận mặt nhìn thấy người chết, nhưng đây là lần đầu tiên chàng đụng chạm vào một xác chết và cảm thấy rùng mình như đang bị cảm lạnh... Bà Long đột nhiên ngưng khóc, đưa tay để tháo chiếc nhẫn cưới ở ngón tay chồng. Bà làm một cách khéo léo khiến Bảo có cảm tưởng bà đã dự trù công việc này từ lâu và đã chuẩn bị cái chết của ông từng chi tiết một. Bà gỡ chiếc nhẫn rồi đeo vào ngón tay mình, một cử chỉ khiến Bảo xúc động vì nó đã biểu lộ tình yêu của cặp vợ chồng già lâu nay chàng chưa hề có một ý niệm nào nhưng nó lại nói lên cái tính cách thực tế chưa đựng sự tính toán của người dì ghẻ...

Cảm thấy thừa thãi và không biết làm gì nữa, Bảo hỏi nhỏ:

- Cô có cần gì không để cháu làm?

Với vẻ buồn bã nhưng bình tĩnh, bà trả lời:

- Không. Chị Lan đã lo liệu cả rồi. Cháu vào sở xin phép nghỉ, lo tang lễ...

- Vậy cháu đi nhe cô.

Bảo quay lại ra khỏi phòng... Và đột nhiên chàng cảm thấy lạc lõng giữa bộ quần áo lính mình đang mặc trong khung cảnh trắng toát và sạch sẽ của bệnh viện... Chàng rảo bước ra về.

Sau lễ phát tang và tẩm liệm ở nhà thương, gia đình quyết định đưa quan tài ông Long về ma chay tại chùa V. Ngôi chùa này thuộc ngoại ô thành phố, trong một khu đông gia cư nên đất chùa không được rộng rãi, tuy vậy chùa vẫn có mảnh vườn nhỏ bao quanh và trong đó có nhiều cây cao trồng ở những khuôn chậu to, đủ làm bóng mát cho phía mặt tiền. Bước vào cổng chùa là mấy bậc cấp dẫn khách lên chánh điện, phía dưới là khu nhà ăn lớn để khách thập phương thọ trai, hôm nay khu này được dùng cho đám tang của ông Long: Quan tài để ở góc trái, phía trước dưới đất có trải nhiều chiếc chiếu lớn để khách đến viếng làm lễ; trước quan tài là một cái bàn nhỏ dùng làm bàn thờ; ở giữa là một tấm ảnh phóng lớn của ông Long, trông phương phi khỏe mạnh. Tấm ảnh chụp lúc ông mới về hưu sau hơn ba mươi năm làm công chức cho Nha Học - Chánh. Từ hôm ông Long mất, Lan, chị cả trong nhà, đã đứng ra quán xuyến công việc tang lễ, còn các anh chị khác đều quy tụ ở chùa và mỗi người được phân công lo một việc: Từ chuyện cúng bái cho đến việc tiếp khách và cơm nước cho gia đình, họ hàng. Riêng Bảo không có công việc gì nhất định, chàng chỉ đứng loay hoay tự mình nghĩ ra việc sắp xếp vòng hoa, vòng cườm người ta mang đến phúng. Có lẽ vì thấy các anh chị hiện đang quây quần lo lắng công việc, gần gũi với nhau và đông đủ bạn bè họ hàng, Bảo cũng thấy vui trong lòng. Điều này khiến chính chàng ngạc nhiên vì, trong khi cha mới mất mà trong lòng mình không có lấy một tí gì đau buồn hay tiếc nuối mà trái lại còn cảm thấy hân hoan hơn lệ thường: Vào buổi sáng là lúc khách đến viếng đông nhất và cảnh chùa đầy ngập người ra vào ồn ào, có lẽ khác hẳn cảnh chùa ngày thường rất yên lặng và tĩnh mịch. Ông Long về hưu đã lâu nên ít có ai trong cơ quan cũ đến mà đa số khách viếng là thân hữu của các con ông. Họ đến từng nhóm, áo quần tề chỉnh, trịnh trọng cúng trước quan tài và trước khi rời còn để lại phong bì trên bàn thờ. Vòng hoa, vòng cườm nhiều đến nỗi không còn có chỗ để quanh phòng, và Bảo được giao nhiệm vụ chuyển bớt một số lớn ra ngoài sân để lấy chỗ khách làm lễ và ngồi nói chuyện. Cảnh tượng xảy ra một cách máy móc: Dù là đám ma nhưng không đượm một vẻ gì đau buồn, ai cũng biết ông Long chết thọ, gia đình con cái đều thành danh nên có lẽ trong lòng ai cũng cho là một lẽ đương nhiên.

Đến trưa, khách viếng thưa dần, Bảo thấy mệt và buồn ngủ vì mấy ngày thức khuya cùng gia đình. Chàng bèn lên vào một phòng nhỏ dùng làm nhà kho chứa các đồ lặt vặt của chùa trong đó sẵn có kê một tấm phản gỗ nhỏ. Chàng cởi áo tang và tháo cái khăn sô xong cuốn lại dùng để gối đầu nằm nghỉ lưng và thiếp đi lúc nào không biết...

Khi chàng bừng tỉnh dậy thì đã xế trưa, chùa trở nên yên tĩnh, không còn tiếng ồn ào như sáng nay. Bảo đoán rằng chắc khách đã về hết, bỗng chàng chợt nhớ đến Điệp, người bạn gái và gần đây đã trở thành người yêu, nàng có hẹn sẽ đến hôm nay, nhưng cả sáng vẫn không thấy đâu. Chàng áy náy không biết nàng có đến trong lúc mình nằm ngủ hay không. Mặc vội lại áo tang rồi bước ra, căn phòng ngoài đã trống trải và yên lặng: anh chị và các cháu của chàng đã đi về nhà ăn cơm trưa, chỉ có Bảo và bà Long ở lại và ăn chay tại chùa... Chợt chàng nhìn thấy bà đang ngồi tiếp một vị khách: hai người đang ngồi bên cái bàn kê cạnh bàn thờ; người khách lạ này khoảng trên năm mươi, có vẻ là một công chức hạng thường, chắc không phải là đồng môn với cha mình. Ông ta ăn mặc chỉnh tề với bộ áo complet màu xám đã cũ, người trông thấp và hơi gầy, có gương mặt xanh xao và đượm một vẻ buồn lạ lùng, nhất là đôi mắt của ông trông như ngơ ngác; đây là người đầu tiên từ hôm đám ma mà Bảo thấy có vẻ buồn do sự ra đi của cha mình. Hình ảnh của người khách lạ đang ngồi trầm tĩnh nói chuyện như ông đang có vẻ nhắc đến tâm sự gì về người quá cố, có lẽ đang kiếm lời chia buồn hay an ủi bà Long hoặc đang nói đến kỷ niệm gì của mình với người quá vãng, một kỷ niệm tốt đẹp giữa hai người, Bảo nghĩ thế. Sự kiện này là một tương phản so với cảnh náo nhiệt của đám đông sáng nay: Khách thường chỉ đến rồi đi, hành động như là thực hiện sao cho đúng xã giao và không đượm một chút tình cảm. Thấy Bảo đến gần, bà Long bèn lên tiếng giới thiệu:

- Đây là con út của nhà tôi.

Người khách cúi đầu chào. Bảo định nói nhưng chợt lại thấy có một người đang đứng ở cửa chùa như có vẻ tìm kiếm ai, chàng chào rồi vội đi ra cửa. Người đàn ông lạ mặt đứng gần các vòng cườm như có vẻ đang đọc hàng chữ chia buồn và quan sát, thấy Bảo ra đón, ông ngập ngừng tiến lại gần rồi nói:

- Tôi thấy đám tang cụ nhà lớn quá nên tạt qua thôi... À mà gia đình anh có dự định làm gì sau tang lễ về các vòng hoa cườm này không? Nhiều quá mang theo tới nghĩa trang cũng vất vả...

Chưa hề nghĩ tới việc này, Bảo đáp:

- Chúng tôi cũng không biết làm gì? Tang gia đang bối rối...

Như được dịp, ông liền ngỏ lời:

- Nói thật, tôi là người của nhà làm vòng hoa tang lễ T. ở đường Cống Quỳnh. Nếu anh đồng ý, chúng tôi sẽ mua lại các vòng cườm này. Chúng tôi sẽ lo việc di chuyển cho cho gia đình anh luôn.

Ông móc tấm danh thiếp:

- Chiều nay mời ông ghé tiệm chúng tôi bàn về giá cả. Thôi tôi xin phép.

Nói xong, ông quay ra về. Ngay vào lúc đó Bảo thấy có chiếc xe taxi đậu trước cổng chùa rồi nhiều người xuống xe đi vào; khi họ đến gần thì chàng nhận ra gia đình bà cô từ Nha - Trang về dự đám tang, trong số đó có con trai bà là Dũng, một sĩ - quan tiếp liệu Không Quân. Bảo mừng được gặp lại Dũng: Cả hai hiện đều trong Quân Đội, trạc tuổi gần nhau và rồi hai anh em họ sẽ có dịp để hàn huyên trong mấy ngày ở chùa. Bảo chào người cô, hướng dẫn họ vào trong chùa. Trong khi đó, bà Long đang đứng ở chỗ bàn thờ sắp xếp đĩa hoa quả, thấy đám họ hàng mới đến thì quay lại đón.

Người khách lạ kia đã đi về lúc nào, có thể trong lúc Bảo đang nói chuyện với người mua bán vòng hoa cườm. Bà cô đột nhiên tiến đến hai tay vỗ mạnh lên áo quan rồi đó khóc rống:

- Anh ơi, sao anh đi để còn có mình em ở lại đây. Hỡi giời... mới ngày nào anh em mình còn có nhau... nay chỉ một mình em...

Bà khóc một chốc xong quay lại chào bà Long, gương mặt không động chút xúc động nào, và cũng không ai thấy một giọt nước mắt nào hiện ra trên mặt của bà. Bà Long lấy giải khăn sô để sẵn trên bàn thờ đưa cho nhóm họ hàng mới đến, họ chắp tay trước quan tài làm lễ. Lễ xong thì tất cả ngồi vào bàn đã dọn sẵn thức ăn chay. Bảo rủ Dũng và cô em họ ngồi xuống cạnh mình. Hồi nhỏ, lúc cả hai gia đình còn ở Sài - Gòn, Dũng và Bảo thường gặp và chơi thân với nhau, nhưng sau đó thì bà cô dọn ra Nha - Trang sinh sống nên từ đó họ ít gặp nhau; tuy vậy Bảo vẫn thấy gần gũi với Dũng vì cả hai đều đồng cảnh ngộ. Họ học hành dở dang và nay là lính, sống cuộc sống nghèo nàn trong khi các anh chị khác trong họ đều đỗ đạt, có tước vị trong xã - hội và giàu có.

Cơm nước xong, gia đình con cháu và khách khứa lại lục đục kéo đến. Cảnh chùa lại đông đảo náo nhiệt như tổ ong... Lững thững từ ngoài vào trong, Lan trông thấy em, lại gần nói với Bảo:

- Này, lúc sáng cậu đi đâu mà có hai cô bạn đến phúng bố mà kiếm cậu không ra?

Bảo xửng sốt:

- Ồ, em vô phòng để đồ nằm ngủ thôi chứ có đi đâu. Sao chị không kêu em?

- Ai mà biết mày chui vào đó. Mà chỉ có một đứa là bồ mày phải không? Tụi nó mang trái cây đến cúng. Mày nhớ dặn đừng để cho ai phúng điếu gì nhé, đã nói rõ trên cáo phó rồi.

Bảo cũng thừa biết là khi nào Lan xưng chị với mình và gọi là em là những lúc vui vẻ, còn khi nào nói mày - tao là lúc nàng đang cáu. Bảo quen với Điệp cả năm nay nhưng vì chàng đã ở riêng từ ngày đi lính, ở trọ nhà người bạn cùng đơn vị nên không ai trong nhà biết về bạn bè, nhất là bạn gái của chàng. Nhưng Điệp không phải chỉ là bạn gái bình thường mà là người Bảo đang theo đuổi và si mê. Một cảm giác buồn ập tới vì đã lỡ gặp Điệp, như người đi câu giựt hụt con cá, tự nhiên chàng cảm thấy buồn trong lẻ loi, mặc dầu đang đứng giữa bao người thân trong gia đình, họ hàng. Chàng lại càng ao ước có người yêu bên cạnh nhất là trong những lúc như thế này; hơn nữa đây cũng là dịp tiện cho Điệp được gặp các anh chị của mình... Bỗng có ai vỗ vào vai làm Bảo giật mình quay lại: Dũng vừa cười vừa nói:

- Này, chiều nay rảnh đi uống cà - phê nhen. Lâu quá

không gặp các anh chị. May kỳ này được ông đơn vị trưởng cho nghỉ được những 5 ngày phép vì em nói lý do là bác đã nuôi em lúc nhỏ nên coi như cha... Tình thực, có lẽ em chưa bao giờ nói chuyện gì nhiều với bác! Với lại gia đình em dọn đi Nha - Trang từ lâu, em cũng ít gặp bác...

Mặc dù lớn tuổi hơn Bảo nhưng Dũng bao giờ cũng xưng hô theo thứ bậc trong họ. Bảo trả lời:

- Được chứ, tôi có xe honđa... nhưng Dũng cùng đi với tôi có tí việc ở đường Cống - Quỳnh trước nhe...

Bảo kéo Dũng ra ngồi trên mấy bực thềm phía trước cổng chùa, dưới bóng mát của cây bồ - đề: hai người tâm sự với nhau về đời lính và chuyện gia đình. Bảo kể cho Dũng nghe về người muốn mua lại các vòng hoa cườm nên cần gặp họ chiều nay.

Dũng cười hô hố làm mọi người trong chùa quay ra nhìn, khiến Dũng phải lấy hai tay ôm miệng lại trợn tròn đôi mắt: Cái nhìn cảnh cáo của họ hàng như nhắc nhở chàng không được cười to trong đám ma... Hai đứa đành hạ giọng xuống nói nhỏ lại...

Mặc dầu có bóng râm của bóng cây nhưng buổi trưa, mặt trời trên cao rọi ánh nắng gay gắt xuống đầu, khiến không khí trở nên oi ả. Bảo tháo cái khăn sô ra lau mồ hôi trên trán rồi rủ Dũng lấy xe đi uống cà - phê. Chàng đưa Dũng lên La Pagode dù rằng chính mình cũng không thích quán này, nơi đó quá sang đối với hoàn cảnh lính tráng, nhưng vì đang có được một số tiền kha khá do anh chị ruột mới cho để chạy công việc, chàng muốn đãi người em họ một chầu cho bõ, nghĩ rằng ở Nha - Trang không có quán nào được như vậy.

Uống cà - phê xong, hai người tạt qua đường Cống Quỳnh, nơi có hàng dãy tiệm chuyên bán các đồ ma chay, tang lễ. Khi hai người bước vào tiệm T, Bảo nhìn thấy người đàn ông đã đến chùa sáng nay đang nói chuyện với khách hàng. Hai anh em đứng chờ sau một hàng vòng hoa thì chợt người khách quay đầu lại và nhìn về phía Bảo: Tự nhiên chàng có cảm giác người này trông rất quen và hình như ông ta cũng vừa nhận ra Bảo. Khi hai cặp mắt giao nhau, chàng lại có linh tính là người này cũng đến đây để mua vòng hoa phúng điếu cho cha mình. Bảo vội quay mặt đi, bước lại đứng nấp sau một vòng hoa cườm lớn, chàng định kéo Dũng đi theo với mình nhưng không kịp. Bảo cảm thấy bối rối: trong khi người ta đến mua hoa phúng cha mình thì mình là con lại đến để lo bán những vòng hoa đó lại cho cửa hàng. Cũng may, người khách đã trả giá xong rồi. Khi bước qua gần chỗ Bảo đứng, người này cũng liếc nhìn chàng một lần nữa như để xem cho kỹ hơn, khiến chàng phải cúi đầu tránh một lần nữa.

Bảo chấp nhận giá ông chủ tiệm trả và mặc dầu chỉ bằng một phần mười của giá mua vào, cũng không muốn kèo nài, mỉm cười chua chát khi nghĩ là sau đám ma, ông ta chỉ cần đổi lại cái giải bảng tên và bán cho khách mới. Ông chủ tiệm cho biết là ngày mai sẽ cho người đến kiểm tra và làm danh sách các vòng cườm. Ông ta cũng ước lượng qua về tổng số tiền sẽ mua vì sáng mốt là ngày an táng ông Long.

Đêm đó, Bảo đưa Dũng về nhà mình ở trọ ăn cơm rồi hai người thức đến khuya nói chuyện.

Sáng hôm sau, Bảo và Dũng tới khá trễ: ngoài đường trước cổng chùa xe hơi đã đậu kín và trong vườn từng nhóm người thân nhân và khách tụ họp dưới bóng cây, họ đứng gần nhau nói chuyện nhỏ trong bầu không khí trang nghiêm của đám ma. Trên chánh điện có giọng tụng kinh và tiếng chuông ngân dài bao trùm lấy không gian như vang vọng từ cõi thế giới khác nào đưa đến. Bảo vội đi vào nhà kho để mặc áo tang thì cũng vừa gặp Lan đang ở trong đó đi ra. Thấy Bảo nàng cau mày nói:

- Mày là đồ bất hiếu, nghe chưa. Ai lại bố chết chưa chôn mà đã lo đi bán vòng hoa...

Bất ngờ bị la mắng, Bảo chưa biết giải thích sao thì người anh rể từ ngoài vào kiếm vợ:

- Có vợ chồng bác - sĩ Tùng đến, em ra tiếp hộ anh.

Thế là may cho Bảo, hai người kéo nhau đi khỏi. Chàng cảm thấy buồn và thừa thãi không biết làm gì, bèn lên trên chánh điện dự lễ.

Tang lễ ông Long là một đám lớn được tổ chức chu đáo, trông vào người ta biết ngay là của một gia đình có chức phận cao trong xã - hội.

Xong xuôi, gia đình họ hàng lục đục kéo nhau ra về. Cuộc sống trở lại bình thường, Bảo lại bị thu hút vào cuộc tình với Điệp nên cũng ít về thăm nhà.

Chàng trở lại chùa hôm cúng 49 ngày cho cha mình. Khi gần đến chùa, chàng đã nhận ngay ra vẻ khác hẳn hôm trước: Ngoài cổng không có một chiếc xe hơi nào đậu, trong sân vắng lặng. Bước vào trong nhà ăn, một bàn dài dọn sẵn cho khách đến dự cầu siêu. Chàng lên chánh điện thì đúng lúc gia đình đang chuẩn bị làm lễ. Không thấy mấy đứa cháu đâu, Bảo chợt nghĩ ra rằng hôm nay là ngày thường và chúng phải đi học. Lan trông thấy em, ngoắc chàng lên ngồi gần bàn thờ: Vị sư trụ trì bắt đầu chắp tay đọc kinh, giọng ông ngân dài nghe như từ đâu vọng đến kèm với tiếng chuông vang động trong không gian khiến Bảo có cảm tưởng như đang lạc vào một thế giới khác, một nơi cao đẹp xa lạ nào, không ồn ào xô bồ như cuộc sống thực hiện nay của mình. Hình dáng vị sư cao lớn trong bộ áo vàng trông như một hiệp sĩ trong phim kiếm hiệp. Bảo ngước nhìn lên bàn thờ: Bức tường Phật sừng sững vững vàng hôm nay trông sáng hơn mọi khi. Một làn hương bay la đà trước bàn thờ rồi tỏa đi tan biến vào không gian... Phía dưới là tấm ảnh của cha mình, trông ông hôm nay tự nhiên có vẻ buồn bã, nhất là đôi mắt của ông... Hình như khuôn mặt trong hình người chết đều có vẻ buồn như vậy, tưởng như họ nuối tiếc điều gì và không muốn rời khỏi trần gian này...

Chợt Bảo nhớ đến người khách lạ hôm đám ma, ông ta ngồi nói chuyện với bà dì... hình ảnh của ông với đôi mắt buồn... Ông ta chỉ là một khách lạ, có lẽ quen với cha mình lúc còn trẻ, hay là làm việc dưới quyền ông lúc trước. Quá khứ của họ có gì với nhau mà sao ông ta lại nhớ và đến viếng? tại sao ông lại buồn? và... có lẽ ông ta là một người chịu ơn, nếu không thì làm sao ông ta đã tỏ ra thương tiếc cha mình, một người mà lúc nào Bảo cũng cho là khó khăn và lạnh lùng... Tự nhiên, hôm nay, ám ảnh về người khách lạ đã khiến cho chàng thấy là mình đã có ấn tượng lầm về cha mình: Biết đâu trong thâm tâm ông vẫn là một người dễ xúc cảm và thương người, nhưng suốt đời ông đã quen che dấu nó, không muốn cho ai thấy, nhất là các con mình... Hôm nay Bảo mới mường tượng thấy được một khía cạnh khác... mà có lẽ khá thật về con người của cha mình. Cảm thấy nỗi xúc động từ đâu bỗng dâng lên làm chàng nghẹn ngào khó thở... Và lần đầu tiên từ khi ông chết, chàng mới thấy thực sự thương ông.

Không cầm được nước mắt, Bảo đưa tay ôm mặt khóc nức nở trước sự ngạc nhiên của mọi người.

RÀNG BUỘC

Đưa ra sau rồi hất mạnh cần câu tới phía trước, Tùng nhìn cục chì và mồi tung lao lên cao rồi rớt xuống mặt nước. Thấy cũng vừa đủ xa, chàng ngồi xuống cái ghế xếp, sửa lại mũ tai bèo rồi nhìn ra phía trước mặt: Gió hôm nay êm và biển chỉ gợn sóng lăn tăn. Mặt trời đã lên cao và nắng đang chiếu gay gắt như cố nung nóng thêm bầu không khí oi ả. Tùng lấy khăn tay lau mồ hôi trên trán, quay đầu nhìn bên cạnh. Đức đang gắn cái mồi mới. Còn cạnh đó độ chục thước thì Ba cũng cầm cần và đang ngần ngừ. Tùng nói vọng sang:

- Tôi chỉ thấy cá nhỏ rỉa hết mồi...

Đức vẫn lo móc con tôm làm mồi, miệng trả lời:

- Đúng, thưa anh. Chưa thấy cá lớn cắn...

Tùng nói tiếp:

- Cũng chỗ này tuần trước mấy cậu câu được con cá ngừ nặng gần cả năm ký.

Ở đầu kia Ba nói vọng qua:

- Đúng rồi bác - sĩ. Tuần trước tôi câu được cả chục con đủ loại. Sao hôm nay bết quá. Hay là tại mình ra trễ?

Tùng chán nản nói:

- Không được con nào thì chắc nên về sớm, vừa dịp cơm ăn trưa...

Không thấy ai trả lời, Tùng đoán là Đức, người đồng nghiệp trẻ, và Ba, ông quản lý bệnh viện, họ vẫn còn đang mê câu.
Sáng nay chủ - nhật, cả ba đi câu sớm. Lúc đầu họ đến chỗ cửa sông và ngồi cạnh mấy chiếc hải thuyền để câu cá nhỏ. Ba người đã câu được một số lớn cá dìa và cá giò, cả đến hai ba chục con. Khi nắng lên, họ ra xe và kéo nhau đến bờ biển này, hy vọng sẽ được mấy con cá lớn hơn, nhưng mà bây giờ thì...

Nhìn ra biển rồi đảo mắt một vòng quanh, Tùng thấy bờ biển này không đẹp: Không có hàng cây và có lẽ chỉ thuận tiện để ngồi câu vì khá vắng vẻ. Phía bên trái xa xa là bãi biển có hàng phi lao nổi bật trên bờ cát trắng. Trên cao, bầu trời xanh ngắt không một bóng mây, lâu lâu một con gió mát tạt qua, xua bớt đi cái oi ả của buổi xế trưa.

Ở Phan Rang gần như quanh năm không có mưa, nhưng về đêm lại có gió biển mát và dễ chịu. Đây là thành phố nhỏ nằm giữa Nha - Trang - Cam Ranh và Phan - Thiết nhưng có lẽ vì bị kẹp hai tỉnh lớn này nên đã khiến người ta dễ quên lãng đi.

Tùng nghĩ đến ngày mới đến đây đảm nhận làm Giám - Đốc bệnh viện. Vậy mà cũng đã trên sáu bảy năm rồi. Lúc đó chỉ có một mình chàng trông coi nhà thương thay một ông bác - sĩ tốt nghiệp lớp trường thuốc Đông - Dương thời Pháp nay già về hưu. Ban đầu mới nhậm nhiệm sở, Tùng vẫn nghĩ là chàng không ngờ là có ngày mình lại đến đây làm việc... Khi

còn nhỏ, vào thời xa xưa, có một lần Tùng cùng gia đình đi
chuyến xe lửa từ Huế vào Sài - Gòn, sau một đêm thì tàu
ngừng ở Tháp Chàm, xuống nhà ga đứng nhìn cảnh vật: Ngoài
người bạn hàng rong đang bu lại con tàu, chung quanh chỉ
toàn đất cát khô cằn nằm yên lặng dưới chân bóng tháp cổ;
phía xa, lác đác vài con dê lang thang đi tìm ăn bên cạnh mấy
bụi cây cằn cỗi... Cảnh tượng ấy khiến Tùng thấy như mình lạc
vào một thế giới nào khác mơ hồ, xa xôi trong quá khứ hằng
chục thế kỷ trước, nay bỗng lại hiện ra... Rồi bao nhiêu đổi
thay từ đó đến nay, thành phố trước đây vắng vẻ nay đã đông
dân hẳn. Nhà của xây thêm nhiều, nhà thương cũng được
trùng tu nhờ vào viện trợ Mỹ... Ngoài ra vì nghề giải phẫu khá,
Tùng vận động với trung ương cho thiết lập và trang bị phòng
mổ: Từ đó bệnh nhân ở đây không còn cần phải chở đi Nha -
Trang nữa. Và phòng mạch tư của chàng cũng trở nên đông
khách, đến nỗi mỗi ngày chàng phải làm việc liên tục từ sáng
sớm đến tối mịt.

Nhớ đến thời mới tới, chàng thuê một căn nhà gần chợ,
dùng từng dưới làm phòng mạch, còn trên lầu để ở vì lúc đó
Lân, vợ chàng, còn ở Sài - Gòn chưa chịu ra đây sống, lấy lý do
là nhà của chưa đầy đủ tiện nghi cho con cái. Khi mới nhận
nhiệm sở, Tùng không lấy gì làm hứng thú cho lắm, nhưng hồi
ấy vì vừa được biệt phái từ bên Quân - Y sang dân sự để đi
làm trưởng ty y tế nên chàng cũng không mong gì hơn nữa.
Chỉ ít lâu sau khi khu vực bệnh viện được tu bổ lại toàn bộ,
trong đó có một villa xây từ thời Pháp, nằm cạnh nhà thương
được xây cao để chống lụt, trông như nhà hai tầng lầu nhưng
thật ra chỉ để ở tầng trên và rất thoáng mát, phía sau nhìn ra
con sông mà thường thì cạn, chỉ còn như một dải nước quanh
co nằm giữa một bãi cát trắng mênh mông. Chàng mới đón vợ
con ra đây sinh sống tại căn biệt thự này...

Bất giác Tùng mỉm cười khi nghĩ đến những người bệnh
nhân nhà quê, đôi khi đến xin khám bệnh họ mang theo một

con gà sống hay vài quả na hoặc một chùm nhãn để biếu. Tùng ví mình cũng như một ông bác - sĩ làng ở nhà quê bên Pháp. Đã ở đâu lâu thì quen đấy, Tùng dần dần thấy gần gũi thân thiết với cuộc sống tỉnh lẻ và dân tình ở đây, với cảnh đẹp của biển; và không biết từ lúc nào, chàng đâm ra mê đi câu bên bờ biển vào những ngày chủ - nhật, ngày nghỉ duy nhất trong tuần. Rồi, như với thời gian qua, cuộc sống đã thu hút Tùng, dường như có gì thân mật một cách khó diễn tả đã cột chặt chàng với mảnh đất gió cát nghèo nàn này. Phải chăng đó là mối ràng buộc vô hình giữa con người với con người, giữa dân cư với đất cát, với những thú vui nho nhỏ, nỗi buồn chia sẻ cùng nhau, một cách thiết tha... Tuy nhiên, ngược lại cuộc sống tỉnh lẻ lại làm cho Lân không vui, nàng không muốn sống ở đây lâu vì cho rằng các con lớn lên sẽ không được đi học trường Tây như ở Sài - Gòn và nàng cũng cảm thấy ở đây lâu không có tương lai thăng tiến cho Tùng, dù chồng mình thông minh, mát tay chữa bệnh và say mê công việc. Với nàng, những ưu điểm này của chồng chắc chắn phải làm ra nhiều tiền hơn nữa nếu ở chốn Đô - Thành.

Cách đây vài tuần lễ, một người bạn thời ở trường thuốc nay trở thành ông bộ trưởng đến thanh tra bệnh viện. Vì biết khả năng của Tùng từ khi còn đi học và hơn nữa lại vừa nghe về thành quả của nhà thương tỉnh này, trong lúc ngồi riêng với nhau, ông bộ trưởng đề nghị chàng về làm giám đốc một bệnh viện lớn ở Sài - Gòn. Nghĩ đến chuyện về Sài - Gòn, Tùng nhớ tới những lúc về Bộ họp, gặp gỡ các đồng nghiệp và bạn học cũ, người nào cũng làm tiền rất khá, đều có nhà cao cửa rộng, họ hay rủ chàng đi ăn cơm tây, đi nghe nhạc, thậm chí còn nhiều anh rủ rê chàng chơi bài mà chược hay đi đánh quần vợt, nhưng Tùng cảm thấy cái không khí ăn chơi hưởng thụ kiểu ấy không hợp với mình, chàng cho là trò chơi trưởng giả, xa hoa và phù phiếm, không thể thanh tao bằng cái thú giản dị như đi câu cá dìa, cá giò ở đây! Mỗi lần về họp như vậy, thế nào Lân cũng nhắn chàng mua đủ thứ đồ ăn Tây mà ngoài này không sẵn, như phó mát, xúc xích... ; và chàng bao giờ cũng không thể quên mua một hũ yaourt về cho vợ dùng làm mồi để tiếp tục gây ra thêm. Cuộc sống tỉnh nhỏ đối với Tùng êm đềm và thân mật vì ai cũng đều biết nhau, đi đâu hay tiếp xúc gì cũng được kính nể, trọng vọng. Trong khi đó thì Lân đơn giản và thực tế hơn: Đối với nàng, chồng mình có khả năng làm tiền nhiều hơn ở Sài - Gòn; và thêm nữa, về đó ở nàng còn được ở gần gia đình, bạn hữu. Nhiều lần Lân đã thúc chồng mình tìm cách đi nhưng lần nào Tùng cũng gạt đi, lấy cớ chưa có cơ hội.

Tuy nhiên, đề nghị của Bộ lần này làm chàng suy nghĩ vì đây là một cơ hội hiếm có: một ông Bộ Trưởng có thể chỉ ngồi ghế này vài ba năm hoặc có thể chỉ vài tháng, nhưng một Giám Đốc Bệnh - Viện thì thường làm cả chục năm. Hơn nữa nhà thương này là bệnh viện lớn nhất Sài - Gòn, tuy công việc nhiều nhưng sẽ mang đến uy tín và tiếng tăm tốt cho Tùng. Chàng đang phân vân, chưa muốn thổ lộ cho Lân biết về đề nghị vì biết thế nào nàng cũng cố nài để chàng nhận lời. Tùng trì hoãn trả lời ông xếp và đến hôm nay thì có lẽ chàng phải có quyết định dứt khoát cho người bạn cùng khóa.

Bình thường thì nhà thương dân sự chỉ có hai bác - sĩ, nhưng vì vừa xảy ra cơn lụt lớn ở đây nên Bộ đã cho biệt phái hai bác - sĩ quân - y cho Tỉnh: Đó là Đức và Thành, cả hai còn trẻ và mới ra trường chỉ ít năm. Hôm nay Thành đang trực ở nhà thương nên cả Tùng và Đức được rảnh rang đi câu. Căn nhà vi - la Tùng ở nằm cạnh nhà thương và cũng rộng rãi nên chàng đã mời cả Đức và Thành đến ở chung và Lân cũng vui vẻ lo cơm nước cho tất cả. Thật ra công việc bếp núc cũng đều do người làm phụ trách cả, còn chi phí thì cũng chẳng đáng bao nhiêu so với thu nhập từ phòng mạch tư của Tùng. Và do biết Tùng khả năng nghề nghiệp và tình tính dễ chịu, cả Đức và Thành đều nể chàng, ngoài ra Tùng còn chỉ bảo cho hai người học mổ những ca khó khăn, một chuyên môn mà họ đang thêm kinh nghiệm...

Đột nhiên Đức la lên:

- Cá cắn, cá cắn... con này to nhé... ố... ố... ố...

Tùng nhìn qua phía Đức thấy cần câu đang rung rẩy cong vòng lên. Đức đứng dậy vừa cố kéo cần vừa quay giây cước rồi lại thả ra xong lại kéo lên... Một chập sau thì con cá thấy rõ đang vẫy vùng, nước biển tung tóe nhưng dường như con cá đã đuối, không còn sức như trước. Đức lội xuống nước kéo lên một con cá đuối. Anh tươi cười rạng rỡ nhìn về phía Tùng và Ba rồi nói bằng tiếng Pháp:

- Con này khỏe dữ, chắc cũng gần năm ký.

Mọi người cười lớn... Đúng lúc đó thì Tùng vừa thấy sợi giây cước dưới tay mình bị kéo căng, chàng giựt mạnh cần lên và cảm thấy con cá kéo ghì cần câu trĩu xuống... khi quay lên thì đây là một con cá nục to vừa phải. Tùng và Đức giỡ cá ra khỏi lưỡi câu rồi bỏ vào thùng đá. Cả hai đều cảm thấy hứng khởi; và mặc dầu đã trễ, Tùng quyết định ở lại câu thêm nữa.

Từ nãy vẫn không thấy cá cắn, Ba sốt ruột đứng dậy xách đồ nghề lại phía gần Tùng. Sau khi quăng mồi, chàng ngồi xuống nhìn Tùng nói:

- Lát nữa bác - sĩ có về sớm cho em quá giang.

Tùng trả lời:

- Được chứ anh Ba. Hay là sau cái mồi này mình về?

- Dạ vâng. Lát nữa để em lái cho.

Chỉ dăm phút sau, chẳng ai được thêm con cá nào, hai người thu xếp đồ đạc bước lên đường cái. Đức có xe riêng, ở lại tiếp tục thử thời vận. Mặt trời đang đứng ngọ, gió đã lặng trên đường cái, và cơn nóng đột nhiên ập đến. Ba mở cửa xe của nhà thương cho mát rồi mới leo lên. Dưới ánh nắng gay gắt, chiếc xe lao nhanh về thị xã.

Từ biển về đến thị xã chỉ độ mươi phút nhưng đối với chàng con đường này quá quen thuộc, Ba cũng nhấn ga cho xe chạy nhanh. Sinh ra và lớn lên ở đây, Ba hầu như không còn để ý gì đến cái cảnh bên ngoài vì cho đó là lẽ tự nhiên của trời đất...

Vào làm nhà thương cùng lúc với Tùng, lúc đầu Ba chỉ là một thư - ký nhưng nhờ sự nâng đỡ của Tùng gửi chàng đi học, nay Ba trở nên một Quản - Lý Bệnh Viện sành sỏi. Lúc đầu, giữa hai người có sự lục đục vì Tùng nghi ngờ Ba nhận tiền của nhà thầu; nhưng khi người em trai của Ba có bệnh mà đến tuổi đi lính Tùng khám và cấp giấy tờ chứng minh bệnh tật cho, nhờ vào đó Hội Đồng Y Khoa bên Trung Tâm Nhập Ngũ, các bác sĩ này đều biết danh Tùng, đã cho miễn dịch vĩnh viễn. Từ đó Ba cảm thấy mang ơn Tùng và hết lòng phục vụ ông xếp. Khi quân đội Mỹ bắt đầu đến đóng gần thị xã, vợ của Ba nhảy ra đấu thầu giặt quần áo cho lính Mỹ, rồi dần dần đến thầu đủ mọi thứ: từ dọn dẹp, lau chùi đến cả xây cất doanh trại, từ đó thu nhập gia đình tăng vọt. Ba khá giả, gia đình ung dung sống hơn hẳn trước đây...

Khi xe sắp rẽ vào thị xã thì đột nhiên Tùng nói:

- Anh Ba cho tôi ghé vào nhà thương một chút.

Ba ngạc nhiên tự nghĩ, hôm nay đã có bác - sĩ Thành trực. Chắc có ca mổ quan trọng nào nên Tùng muốn ghé xem có cần giúp được gì cho Thành chăng? Thật ra là do cái cảnh tượng buổi sáng đang quay về ám ảnh Tùng: Sáng nay, lúc còn quá sớm, trời vẫn còn nhá nhem tối, sau khi ăn sáng sơ sài và sửa soạn đồ câu xong, để cho vợ con yên ngủ, Tùng lặng lẽ mở cửa đi, khi ra ngoài, đóng khẽ cửa để xuống bực thang của căn nhà tây đã xây cao để phòng ngừa lụt, chàng bỗng nhìn thấy một người đàn bà nhà quê sẵn ngồi ở dưới chân cầu thang:

Người bà lem luốc, quần áo trông cũ kỹ, với nước da đen xẩm vì nắng, lộ hẳn vẻ ốm yếu mà khó có thể đoán được tuổi, bên cạnh có một cái giỏ và cái nón lá đã rách, có lẽ bà ta mang theo cho chuyến đi xa nhà. Nghe tiếng Tùng bước xuống, bà ta ngước mắt nhìn lên. Trong ánh mắt buồn bã, lo lắng và kinh hoàng, bà ta nói nhỏ nhẹ mà như khóc, tiếng nói êm ái nhưng lại sắc như lưỡi con dao bén:

- Xin ông thầy cứu cho con. Cháu nó đau mấy ngày nay... Nó đau bụng quá nên con đưa lên đây, xin thầy cứu cho con...

Tới đây bà nức nở không nói được nữa (Ở vùng quê này, người ta không biết đến cả chữ bác - sĩ mà gọi là ông thầy, như là gọi ông thầy lang vậy).

Tùng dừng lại bên bực thang, chàng nhìn bà ta rồi nói:

- Có bác - sĩ Thành trực bên nhà thương, chị yên chí đi. Tôi phải đi, thôi chị qua thăm cháu.

Người đàn bà thấy tuyệt vọng, ôm mặt nức nở rồi gục xuống chân cầu thang. Tùng hơi khó chịu trong lòng nên rảo bước ra xe rồ máy ra biển vì sợ trễ hẹn với Đức và Ba...

Nhưng rồi trong suốt buổi ở biển, tự nhiên Tùng cảm thấy bứt rứt. Ban đầu chàng tưởng là do không câu được con cá lớn nào nhưng một chặp sau, chàng cứ thấy hình ảnh ban sáng quay về ám ảnh mình, chập chờn lúc ẩn, lúc hiện: Khuôn mặt nhăn nheo và ánh mắt sợ hãi của bà nhà quê, cái cảnh bà gục đầu trên bực thang. Rồi chàng chợt nhớ ra là Thành không mấy kinh nghiệm,... và như có sợi giây vô hình trói buộc chàng với người bệnh nghèo nàn này, chàng thấy cần phải vô nhà thương ngay...

Khi xe chạy vào khuôn viên nhà thương, trong lúc Ba đang tìm chỗ bóng mát đậu xe thì Tùng nhìn thấy ở đằng xa, phía nhà xác, người đàn bà khi sáng đang níu lấy người y - tá đang đẩy giường nhà thương phủ vài trắng... Tùng xuống xe, và, thay vì đi kiếm Thành, chàng rảo bước về nhà...

Bước qua phòng khách, vào đến phòng ngủ, Tùng thấy đứa con gái ba tuổi, chàng nghĩ có lẽ cũng bằng tuổi con của bà nhà quê sáng nay, đang nằm ngủ giấc trưa, đứa bé gái con mình trắng trẻo mũm mĩm đang mút ngón tay cái nằm trên giường nệm trắng tinh. Đột nhiên, Tùng thấy lòng mình se thắt lại khi nghĩ đến cảnh của bà mẹ mất đứa con, mà người ta thương ví von là "đứt ruột". Có lẽ không còn cái đau khổ nào mãnh liệt hơn thế nữa!... Cảm thấy mệt mỏi và cố xua đuổi những ý nghĩ buồn bực, Tùng vô phòng tắm rửa tay nhưng sao thấy hai tay mình run rẩy. Ngước nhìn vào gương, chàng thấy hai giòng nước mắt đang chảy trên má mình... Buồn bực và giận với chính mình: trong khi bao nhiêu người bệnh nghèo khổ đang trông mong thì chàng lại dễ dàng gạt phắt mà bỏ đi câu cá như sáng nay. Có tiếng bước đi về phía phòng tắm, Lân mở hé cửa rồi nói vào:

- Anh rửa mặt xong ra ăn không nguội.

Tùng không trả lời vì trong lòng còn đang bận suy nghĩ cách nào khéo léo để trả lời ông Bộ - Trưởng là mình không thể nào rời bỏ được thành phố nghèo nàn heo hút này...

TÌNH NGHĨA VỢ CHỒNG

Tình yêu của một đôi trai gái thường nồng nàn nóng bỏng như ngọn lửa cháy bùng trong lò sưởi vào một buổi đông lạnh lẽo, nó làm ấm lòng người như đã đưa ta vào cõi đam mê đầy ngạc nhiên và thú vị; trong khi đó, tình bạn lại nhẹ nhàng và êm dịu như một cơn gió heo may đầu thu. Nhiều cuộc tình bắt đầu bằng tình bạn rồi chuyển sang tình yêu một cách êm ái, bất ngờ không một tiếng động như chiếc lá khô rơi; trong khi đó, vợ chồng sống lâu năm bên nhau lại trở thành đôi bạn đằm thắm, như vị nồng đượm của chất rượu ngon đặc biệt vô giá trong chai rượu cổ! Người tây phương thường ao ước vợ hay chồng của mình cũng là một người bạn thân, đối với họ được như vậy thì cuộc sống lứa đôi mới hạnh phúc thực sự, đó là đỉnh cao mơ ước của tình yêu vợ chồng: nghĩa là có được người bạn đời! Nhưng đối với người phương đông thì chữ tình thường đi đối với chữ nghĩa, tình có thể không còn nồng nàn như lúc mới lấy nhau, nhưng còn cái nghĩa trói buộc nhau như sợi giây vô hình. Đó cũng là quan niệm của Dũng, người bạn của tôi từ thủa còn đi học.

Dũng là một người khá nặng truyền thống, có lẽ rất gần với hình ảnh của một người "quân tử" theo Khổng Giáo. Tôi nói rất gần chứ thật ra tôi cũng không biết một người "quân tử" ra sao! Chúng tôi, vài ba thằng bạn chơi với nhau đã trên bốn mươi năm, bây giờ thì mỗi người một nơi nhưng một năm vẫn gặp lại nhau đôi ba lần. Dũng và tôi quen nhau khi cùng học năm thứ nhất ở trường Luật Saigon; qua Dũng, tôi được biết thêm Long và Vũ, bộ ba này là bạn từ thủa trung học với nhau. Dũng thông minh và chăm chỉ, mỗi năm đều thi đậu và ra trường sớm, trong khi tôi cũng ra trường, nhưng lại là trường Bộ Binh Thủ Đức!

Trải qua bao cuộc bể dâu, nay thì tất cả đều đang sống trên nước Mỹ, điều mà không ai trong bọn tôi có thể ngờ trước được khi còn trẻ, lúc còn lang thang ở vùng trời Gia Định thân yêu. Trong khi các bạn định cư ở Ca - Li, có mình tôi lại lưu lạc đến Ohio, ở một nơi khỉ ho cò gáy, lâu lâu mới gặp một người Việt. Như mọi lần bay qua Ca - Li, tôi được Dũng ra đón tại phi trường. Với dáng người ốm yếu và cặp mắt kính cận to đen, Dũng thường nổi bật trong đám đông. Không biết có phải vì cái kính cận thị dầy hay là khuôn mặt trắng trẻo và sống mũi cao làm cho ai cũng nghĩ Dũng phải là một nhà trí thức khoa bảng. Mỗi khi gặp nhau là chàng có nụ cười nở rộng sau đôi mắt nhỏ nhưng lanh lợi và thông minh, như sẵn sàng muốn nói lên điều gì mới lạ.

Mặc dầu hơn bốn mươi năm đã qua, tôi vẫn không bao giờ quên được cái phòng học nhỏ ở nhà Dũng, nơi chúng tôi nhiều đêm ngồi học bài chung. Nhà chàng ở khu Ông Tạ, trong một xóm đạo; nhiều đêm tiếng đọc kinh vang đều ở nhà hàng xóm bên cạnh vọng sang như tiếng cầu xin xa xôi từ một thế giới nào khác đưa đến. Ở đó, đôi khi Long cũng ghé chơi, nhưng vì thi rớt tú - tài nên Long không học bài chung lâu. Trước khi gặp tôi, Dũng đã quen Long lâu và hai gia đình họ cũng thân với nhau. Trong số bạn bè, ai cũng để ý đến em gái của Long, Thu một cô gái mới lớn như bông hoa sơ khai vừa chớm nở, nhưng không đứa nào dám để lộ tình cảm. Chỉ có ai đã hiểu rõ lòng mình và chín chắn với Thu thì mới dám tiến tới việc tìm hiểu và tán tỉnh nàng, tôi nghĩ vậy. Người đó là Dũng. Thu người không cao lắm, đẫy đà mà trái lại, dáng đi của nàng lại uyển chuyển nhẹ nhàng. Nàng có nước da trắng, đôi mắt sáng và đen láy, mỗi khi nàng cười lại điểm tô thêm cái má lúm đồng tiền duyên dáng. Dạo ấy tôi thấy Dũng hay đến nhà Long, nói là để phụ giúp Long làm toán, nhưng là để có dịp gặp Thu thì đúng hơn! Trong khi Dũng ốm yếu gầy còm, còn bên nhà Long ai cũng to lớn và đẫy đà. Long cao lớn, khuôn mặt vuông, đôi mắt lúc nào cũng như đang cười. Giọng nói của Long oang oang bao giờ cũng đi đôi với tiếng cười hồn nhiên trong trẻo. Trong đám bạn, Long không những nổi danh là khỏe, có lần chàng ăn hết ba tô phở xe lửa một cách ngon lành trước sự ngạc nhiên của mọi người, mà còn nổi bật về cái tính hồn nhiên và ngay thẳng. Căn phòng học của Dũng tuy không lớn nhưng cũng đủ để kê một giường gỗ đôi và cái bàn học, phía sau lại có cửa sổ thông ra một ngõ hẻm khác. Dũng đã từng thích thú kể cho tôi nghe câu chuyện cô hàng xóm của mình đã phải lòng Dũng: có lần cô ấy đã lén để vài thanh kẹo mè xửng trên lề cửa sổ cho Dũng vì nghe nói chàng rất thích thứ kẹo này. Dũng kể lại chuyện này ít ra là vài ba lần; và mỗi lần chàng kể với một cách trịnh trọng và say mê đặc biệt, như đó là một chiến công đáng kể: đôi môi mấp máy rồi chàng cười rộ lên, làm nhăn tít đôi mắt nhỏ sau cặp kính đen dày cộm. Sau này tôi cũng quên không hỏi Dũng về cô láng giềng và mối tình tuyệt vọng này giờ đây ra sao?

Một đêm, sau khi học được chốc lát, vào lúc tôi đang ngao ngán cái cours Dân Luật của thầy Mẫu thì Dũng quay lại phía tôi hỏi:

- Nay Cường, cậu thấy Thu có được không?

Không cần suy nghĩ gì, tôi trả lời ngay:

- Thu thì không những đẹp mà lại có duyên nữa, tớ thấy lúc nào cũng cười... nàng cũng rất ngoan... Nhưng tớ thì chỉ coi nàng như... cô em gái của Long thôi.

Như muốn cởi mở bầu tâm sự, Dũng bắt đầu thổ lộ thêm:

- Chiều hôm qua tớ đến trường đón Thu đi học về. Tớ rủ đi chơi nhưng nàng không chịu và bắt tớ chở về nhà. Nàng bảo tớ thả ở đầu ngõ chứ không cho tớ chở vào đến tận cửa. Tớ thấy nàng cũng xinh xinh, và hiền lành... như ma sơ!

Đứng bật dậy, đôi mắt mơ màng, hai tay chắp sau lưng, Dũng bước qua lại trong phòng như đang bị kích động về mối tình của mình. Tôi quẳng cuốn sách xuống giường rồi nói:

- Sao cậu biết Thu hiền lành như bà sơ? Mà mấy bà sơ có phải ai cũng hiền lành đâu. Bà chị tôi học trường đạo kể mấy bà sơ đánh học sinh dữ lắm, chứ không phải vừa!

Tới đó, Dũng đột nhiên chuyển qua chuyện khác chàng đang say mê: Đó là sinh hoạt bầu cử sinh viên của trường và thời sự chính trị. Dũng rất hăng say các hoạt động sinh viên, lúc nào cũng tham gia các công tác hè và cứu trợ nạn nhân chiến cuộc. Chàng tự cho mình không những có trách nhiệm mà còn có thể trở thành một lãnh tụ trong tương lai. Đối với chàng, làm người trai trí thức phải sẵn sàng dấn thân và hy sinh, chàng thường thích câu nói của Nguyễn Thái Học: "không thành công cũng thành nhân" Dường như Dũng muốn làm một người hùng như Nguyễn Thái Học, hoặc là một lãnh tụ như nhà cách mạng Phan Bội Châu. Đấy cũng là điểm rất tương phản với cái vẻ bề ngoài của chàng: ốm yếu và gầy gò nhưng lại yêu thích những nhân vật oai hùng làm nên chuyện phi thường. Có lần Dũng kể tôi nghe một cách thán phục về chuyện vị tổng thống Đại Hàn bị ám sát hụt khi đang đọc diễn văn: Viên đạn bắn trúng người vợ ông đứng bên cạnh, khiến bà tử thương nhưng vị tổng thống này vẫn điềm nhiên tiếp tục đọc như không có gì xảy ra. Dũng cho là nước mình cần có một lãnh tụ như vậy thì mới khá được.

Trong thời gian ấy, chiến sự gia tăng và những người bạn học lớn tuổi bắt đầu bị động viên, chúng tôi thì cũng sắp đến lượt nếu thi rớt. Như các thanh niên cùng lứa, chúng tôi băn khuăn trước thời cuộc nhưng không sao kiếm ra con đường đi: một mặt bực tức về những bất công trong xã - hội nhưng mặt khác lại không biết làm gì để có thể thực sự thay đổi nó; trong khi chiến tranh lại xô đẩy mọi người phải lựa chọn chiến tuyến. Nhiều hôm chúng tôi tụ họp ở nhà Vũ để nói chuyện cho đến khuya, và sau đó tất cả chui chung ngủ trên một cái giường gỗ. Gia đình Vũ chỉ có hai ông bà cụ lại rất hiếu khách, nhất là bạn của con mình. Những đêm như vậy, không đề tài nào hấp dẫn chúng tôi bằng tình yêu! Mặc dầu ai cũng đều sôi nổi ý kiến, nhưng ngoài Dũng ra thì chưa đứa nào thực sự có được một cô bạn gái cả! Nói về lý thuyết thì tràng giang đại hải mà chả đứa nào có chút kinh nghiệm gì về tình yêu! Đứa nào cũng vừa nhát gan lại vừa tự cao, cho chuyện trai gái là không quan trọng bằng các vấn đề lớn của thời cuộc, nhưng thật sự là chúng tôi rất yếu đuối sợ dễ bị siêu lòng vì bóng giai nhân! Bây giờ nhớ lại, tôi thấy hình như Dũng cũng ít ý kiến, có lẽ vì có mặt Long nên chàng ta không dám bầy tỏ chăng?

Khi đã khuya, bốn đứa chui vào giường sắp sửa ngủ thì trong đêm tối, Dũng lên tiếng ngâm vài câu thơ tiền chiến mà chàng ưa thích:

Hiu hắt giăng khuya lạnh bốn bề
Ý sầu lên vút tới sao khuya
Quý thay giây phút gần tương biệt
Lưu luyến người đi với kẻ về [1]

---

[1] "Tương biệt dạ" của Huyền Kiêu - bài thơ diễn tả cảm hứng về giây phút chia tay của đôi bạn tri kỷ Nhất - Linh và Khái - Hưng tại nhà Thạch - Lam, đêm đó có Huyền - Kiêu và Đinh - Hùng đến chơi - Hà - Nội 1940.

...

Với chất giọng ấm và tiếng ngân dài, chàng đã đưa chúng tôi về một thời đẹp nhưng mơ hồ của quá khứ xa vời. Tuổi trẻ chúng tôi hồi ấy thật giản dị và đầy mộng mơ.

Bài thơ buồn như báo hiệu sự chia tay của bọn tôi: Vũ ra nhập Hải Quân và lên đường đi Nha Trang, Long và tôi đi Bộ Binh, còn Dũng thì trở thành công chức cho Bộ Kinh Tế.

Khi ra trường, Vũ về Vùng IV, Long đi Sư Đoàn 22BB còn tôi thì được về một đơn vị ngay Sài - Gòn. Từ đó, bạn bè bắt đầu ít gặp nhau, trừ đôi khi Long hay Vũ được về phép thì chúng tôi lại rủ nhau đi ăn nhậu rồi đêm về nhà Vũ ngủ như lúc trước.

Gần ngày mất nước, Vũ theo tàu di tản qua Guam, Long và tôi kẹt lại Sài Gòn rồi đi tù. Sau này tôi được biết Dũng lấy Thu rồi vượt biên. Qua Mỹ sớm, Dũng làm nghề địa ốc nên khá giả, Thu ở nhà sau một thời gian làm thợ ráp điện tử. Còn Vũ từ 75 đến giờ vẫn lang thang ở Ca - li, có lúc làm điện tử, nhưng nhiều khi thất nghiệp. Long và tôi đều vượt biên sau khi ở tù ra.

Dũng ra tận cổng phi trường đón tôi rồi hai đứa lên xe về nhà. Trông Dũng vẫn linh động và hoạt bát với nụ cười tươi thửa nào, chỉ có mái tóc đã đổi muối tiêu và chàng gầy đi nhiều so với tuổi thanh niên.

Dũng ăn mặc xuề xòa, quần áo hình như không được là ủi mặc dù cũng có cái cravate đeo trên cổ, khác hẳn những người làm nghề bán nhà mà tôi đã từng gặp, họ lúc nào cũng diện bảnh bao. Chiếc xe của Dũng cũng là một chiếc xe cà khổ. Trên đường về nhà, tôi hỏi Dũng:

- Này, độ này cậu làm ăn có khá không? Nghe nói thị trường nhà của bên này đang nóng hổi, chắc cậu kiếm tiền khá lắm?

Dũng cười ha hả rồi đáp lời:

- Cậu biết tính tớ, làm ăn lè phè đủ sống là được rồi. Tớ có muốn làm cái nghề nói láo ăn tiền này đâu. Qua đây làm lao động không nổi nên phải xoay qua nghề này thôi. Lúc mới qua, ở tiểu bang Oregon, nhà thờ bảo trợ giới thiệu cho đi làm vườn dâu, mệt quá nên bỏ xuống đây. Mới đầu làm điện tử, sau biết thêm chút tiếng Anh nên xông vào nghề này. Có lúc kiếm khá lắm nhưng tớ lại xài hết.

Chợt nhớ đến Vũ cũng đang ở đâu đây, tôi hỏi:

- Cậu có gặp Vũ thường không? Tớ muốn gặp hắn mà lâu không có địa chỉ. Lúc mới qua có gọi điện thoại nói chuyện một lần rồi thôi, mất hẳn liên lạc. Không biết giờ ra sao?

Đang cầm lái, Dũng quay sang tôi, nói với vẻ trịnh trọng:

- Vũ bây giờ đang lang thang ở đâu, ít ai biết. Có người nói Vũ bị lay - off rồi thường túc trực ở casino, có lần được cả trăm ngàn nhưng rồi lại thua hết. Để tớ dò hỏi xem có kiếm ra hắn không.

Đến nhà, Dũng phụ tôi mang va - ly vào rồi chỉ tôi lên lầu. Căn nhà này của Dũng tôi đã đến ở vài lần, nằm trong khu phố khá giả, bây giờ vẫn vậy, không có sửa sang lại và trông cũ kỹ, phía sau có mảnh vườn nhỏ không có trồng cây gì. Dũng rủ tôi ra ngồi dưới mái hiên uống cà - phê. Và mặc dầu biết tôi không hút thuốc lá, chàng vẫn mời tôi:

- Cậu không hút thuốc, uống rượu chút đỉnh, không cờ bạc thì sống để làm gì hả Cường?

Tôi cười cười, không trả lời. Chưa hút xong điếu thuốc, Dũng đột nhiên đứng dậy xem đồng hồ:

- Gần trưa rồi, tớ phải chạy ra văn phòng có hẹn khách một chút rồi về ngay. Lát nữa về tớ đưa cậu đi ăn tiết canh vịt. Có chỗ mới mở làm ăn hết sẩy!

Trước khi đi, Dũng dặn tôi lên lầu nằm nghỉ nhưng tôi vẫn ngồi yên vì thích trực tiếp hưởng cái ấm áp của vùng này, khác hẳn với đợt những cơn lạnh thấu xương đang hoành hành Ohio: Bầu trời xanh thẳm trên cao không một bóng mây... Bỗng từ đâu đến, vài con chim vành khuyên màu vàng líu lo hót và nhảy nhót trên cành một cây hồng bên nhà hàng xóm. Tôi đứng dậy đến gần ngắm mảnh vườn trông hoang phế hình như không ai chăm sóc đến. Ở gần bờ tường, tôi thấy mấy cái chậu hoa lan bị đổ xuống đất bể ra nhiều mảnh và cây cành đã khô héo. Trước đây tôi cũng đã từng nghe Dũng rất mê chơi phong lan, từ hồi còn ở Việt – Nam... Đột nhiên có tiếng cửa mở trong nhà rồi cánh cửa ra vườn cũng mở, ló đầu ra là Dung, em gái của Dũng mà tôi đã biết từ lúc còn ở Việt - Nam khi nàng còn bé xíu. Dung bây giờ chắc cũng phải trên hai mươi và đang ở nhà với anh chị. Nàng reo lên khi nhìn thấy tôi:

- A, anh Cường! Anh mới qua chơi. Trông anh vẫn vậy...Có vẻ anh còn trẻ hơn anh Dũng em nữa. Anh có cần uống gì, em lấy cho?

- Cảm ơn Dung. Anh thích ngồi ngoài sân hưởng cái ấm áp bên này. Chỗ anh ở bây giờ đang tuyết lạnh lắm... À mà sao mấy chậu lan bị rơi bể vậy hả Dung?

- Ồ, mấy chậu đó anh em quý lắm nhưng hôm cãi nhau với chị Thu, anh gạt phăng tất cả xuống đất rồi không thèm đếm xỉa gì đến nữa!

Dung vào nhà cầm một tách nước trà rồi ra ngồi cạnh. Tôi đang tò mò muốn hỏi thăm về cuộc sống của Dũng thì như là sẵn dịp thổ lộ niềm tâm sự, nàng kể tôi nghe về tình cảnh gia đình của anh mình:

Sau 75, khi Long và tôi trình diễn đi tù rồi thì Dũng cưới Thu và đưa nàng về ở chung. Sau ngày miền Nam bị "giải phóng," hoàn cảnh của gia đình Dũng gặp phải khó khăn về mọi mặt: mẹ chàng quyết định ra bán hàng ngoài chợ Ông Tạ, trong khi đó thì Thu vẫn ở nhà, tiếng là lo cơm nước cho gia đình nhưng vì chưa bao giờ phải nhúng tay vào bếp nên nàng không quán xuyến việc nội trợ nhanh nhẹn và gọn gàng như ý của mẹ Dũng, một người đàn bà cổ hủ còn nặng đầu óc mẹ chồng nàng dâu. Thế là từ đó xảy ra những đụng chạm trong nhà, cộng thêm như sự đảo lộn xã hội và cảnh thiếu thốn đã thực sự làm thay đổi tâm tính con người, bà cụ trở nên khó khăn và đối xử người con dâu khác biệt với con ruột của mình; trong khi đó thì Dũng ở giữa, muốn bênh vợ nhưng lại không dám làm phật ý mẹ. Với đồng lương èo uột của công nhân viên, Dũng không đủ sống nên phải trông chờ vào việc bán buôn của mẹ. Mỗi khi đi chợ về, bà cụ thường thấy Thu nằm đọc sách hay qua bên hàng xóm nói chuyện gẫu: từ đó nảy sinh ra sự bất đồng giữa hai người. Biết sống không nổi dưới chế đó mới, Dũng muốn vượt biên đi tìm tương lai ở bên Mỹ nhưng gia đình lại không có đủ khả năng. Sau khi bàn bạc, bà cụ quyết định bán phần sau căn nhà để đưa cho hai vợ chồng Dũng đóng tiền đi chui. Nhưng chuyến đi đầu tiên, Dũng bị lừa mất hết tiền; ít lâu sau, bà cụ lại cố chạy chọt để cho hai vợ chồng đi lần nữa, may mắn lần này đi lọt. Qua đây được ít lâu thì Dũng bảo lãnh cho mấy người em qua Mỹ, Dung độc thân và đang còn đi học nên ở cùng nhà với anh chị cho tiện và đỡ tốn kém. Theo Dung, anh của mình rất lo cho bà mẹ còn ở lại Việt - Nam, đã dốc hết tiền giúp bà cụ: nào xây lại căn nhà cũ cho cao thành bốn lầu, còn gửi về hàng tháng để cụ chi dùng, trong khi đó thì Dũng lại tỏ ra không chịu chăm lo gì mấy cho cuộc sống bên này: Đối với chàng, căn nhà này cũng đầy đủ tiện nghi thì cứ tằn tiện là đủ. Có thể cũng vì sự thiếu cân bằng của Dũng giữa bên nhà chàng và bên gia đình Thu nên vợ chồng hai người bắt đầu có những xích mích trong nhà. Dung ngừng kể, ngước mắt nhìn tôi rồi nói nhỏ nhẹ:

- Tuần tới em về thăm mẹ em. Bà cụ già yếu rồi anh ạ, có lẽ chẳng còn sống bao lâu nên anh Dũng muốn lo cho bà đầy đủ... Khi qua lại em sẽ dọn ra riêng. Ở đây bất tiện quá...

Tôi thoáng thấy đôi mắt Dung hơi đỏ và ướt, nàng lấy khăn lau nước mắt rồi đứng dậy đi vào nhà. Vừa lúc đó thì Thu đi chợ về, nàng trông vẫn đẫy đà và trẻ trung so với Dũng. Mở cửa nhìn ra ngoài thấy tôi, nàng cười chào:

- Anh Cường mới tới hả? Anh Dũng chắc cũng sắp về rồi đấy. Để em nấu bún chả hai ông nhậu nhen.

Tôi đứng dậy đi vào bếp:

- Dũng có dặn là tụi này đi ăn tiết canh vịt ở một tiệm nào mới mở?

Đang sắp xếp đồ đem từ chợ về, Thu quay lại, hơi nhăn mặt:

- Cái ông này buồn cười quá, dặn tôi đi chợ làm cơm rồi lại bảo với anh là đi ra ăn ngoài. Thôi anh cứ ở nhà ăn cho sạch sẽ, chứ món tiết canh chẳng biết họ làm ăn ra thế nào...

Tôi ngồi xuống cái bàn ăn ở gần bếp để tiện nói chuyện với Thu. Trông nàng nhanh nhẹn vừa làm vừa nói chuyện, khác hẳn hình ảnh của một cô gái mới về nhà chồng năm nào, không biết gì bếp núc, như Dung vừa mô tả. Sau vài câu thăm hỏi gia đình con cái, tôi nhắc đến Long thì Thu cho biết anh mình cũng ít ghé đây. Nhưng nay vì biết tôi qua nên Long có hẹn là sẽ đi ăn với tôi một bữa tối. Tôi nghe nói thế cũng vui nhưng chưa biết nói gì...

Để cho Thu tiện chú tâm tiếp tục việc bếp núc, tôi yên lặng nhìn ra ngoài vườn: Bầu trời vẫn trong xanh không một bóng mây. Tôi chợt thấy tiếc trong long là không dọn được qua đây sinh sống, thời tiết bên này tươi đẹp quá: vừa ấm áp vừa nắng ráo, hơn nữa bạn bè và bà con đông đủ, lại còn có đủ các món ăn Việt ngon và rẻ.

Tiếng xe thắng rồi đậu lại trước nhà, Dũng mở cửa vào, vào cởi cà vạt vừa nói to:

- À Thu đã về rồi... Này em, anh tính đưa anh Cường đi ăn tiết canh chỗ mới mở...

Ngừng tay bếp, Thu nhướng mắt nhìn chồng:

- Em đã nướng xong bún chả rồi. Ăn ở nhà đi ông, cứ phải ra tiệm mới được sao! Hay là để ngắm mấy con bán quán thì có!

Tỏ vẻ khó chịu nhưng Dũng cũng đấu dịu với vợ:

- Thôi thì ở nhà. Em nấu là ngon nhất rồi! Uống tí rượu nhe Cường?

Tôi ngạc nhiên khi Dũng ra tủ lấy ra chai rượu mạnh để uống cho bữa cơm trưa. Liếc nhìn vào trong tủ, tôi thấy ngổn ngang nhiều loại rượu, như vậy Dũng cũng là tay nhậu thường xuyên và sành sỏi. Quả nhiên sau vài ngụm rượu, Dũng trở nên sống động và vui vẻ, nói năng huyên thuyên. Hai đứa tôi ngồi ở một góc bàn còn Thu một mình đầu kia, nàng vừa lặng lẽ ăn vừa lâu lâu liếc nhìn Dũng. Bữa ăn thật ngon miệng. Tôi thầm nghĩ Dũng thật may mắn có được người nội trợ như Thu. Sau chuyến bay sáng sớm và thiếu ngủ, tôi chỉ uống chút đỉnh rồi phải đi ngủ trưa; còn Dũng lại trở ra văn phòng làm việc...

Khi thức giấc thì cũng đã quá trưa, có lẽ đã ba giờ, chợt nghe tiếng truyền hình ai đang xem ở nhà dưới, tôi bước xuống: ở phòng khách, Thu đang xem cuốn phim bộ Đài Loan. Thấy tôi, nàng mỉm cười:

- Anh có ngủ được không? Ở bên đó anh có xem phim bộ của Tàu không? Em thì mê lắm, còn anh Dũng chỉ đọc sách thôi..., và uống rượu. Buổi tối ông ý mang cả két bia lên phòng ngủ uống cho đến khi say rồi lăn ra ngủ.

Nàng tắt máy truyền hình rồi nói tiếp:

- Để em pha trà.

- Chị cho tôi xin nước lạnh thôi.

Nói xong tôi bước ra tủ lạnh tự mở lấy chai nước. Ngồi tại phòng khách, chúng tôi bắt đầu thăm hỏi nhau về cuộc sống gia đình, bạn bè, nhà cửa rồi tự nhiên câu chuyện đưa đẩy đến mẹ của Dũng. Thu buông lời than thở:

- Trong đời em chưa thấy ai ác như bà cụ anh Dũng... Em bây giờ khôn ra rồi chứ không còn con nít như xưa, khi còn ở nhà bị cụ hành hạ như con ở... Hiện cụ cứ kèo nài moi tiền anh Dũng, mà anh ý như không thể từ chối điều gì từ bà cụ được. Em chẳng giúp gì được cho ba mẹ em bên nhà, mà nhà em thiếu thốn hơn nhà anh Dũng nhiều. Em cố nhịn, không làm to chuyện vì nghĩ đến nghĩa vợ chồng và đám con: Không muốn chúng lo buồn vì cha mẹ cẳng đẳng nhau. Hơn nữa mình là người Việt, không dứt khoát được như người Mỹ: sống không hợp với nhau thì ly dị ngay. Cái nghĩa của người mình là một thứ gì thiêng liêng, khó giải thích. Phải chăng nói theo thuyết nhà Phật thì đây là cái nghiệp em phải trả, hay đúng là cái nợ em phải trả cho anh Dũng?

Nói xong nàng mỉm cười chua chát, ngước mặt nhìn ra ngoài vườn như đang suy nghĩ về một tâm sự thầm kín, riêng tư không thể nói ra được. Để tránh qua câu chuyện khác tôi hỏi Thu:

- Chiều nay chị ăn ngoài với tụi nầy chứ? Anh Dũng có rủ Long đi không vậy? Tôi cũng đang muốn gặp Long nữa.

Cũng chợt như nhớ ra điều gì, nàng trả lời:

- Hồi nãy anh ngủ, anh Long có gọi hỏi thăm. Anh Dũng nói là lại bận khách đi xem nhà. Anh Long nói, đi làm sẽ ra sớm và ghé đây đón anh... À mà sắp đến giờ rồi đấy.

Thu đứng dậy vào bếp. Còn tôi lên gác sửa soạn và khi vừa xuống nhà thì Long cũng vừa đến, nụ cười Long lúc nào cũng cởi mở và trong sáng, điển hình của một người bạn đáng tin cẩn. Mặc dầu mái tóc đã muối tiêu nhưng Long trông khỏe mạnh và toát ra một niềm vui vẻ, yêu đời. Long mời tôi ra ngoài uống cà - phê gần nhà. Đó là một quán nhỏ, điển hình ở Ca - li, chúng tôi chọn một chỗ ngoài hiên; và mặc dầu còn sớm, nhưng gió đang lồng lên và hơi lạnh. Lâu mới gặp nhau, chúng tôi hỏi thăm gia đình của nhau và về câu chuyện làm ăn: Long cho biết đang làm thợ tiện cho một hãng lớn nên cũng khá giả nhờ làm nhiều giờ overtime. Cuộc sống gia đình Long rất hạnh phúc. Tôi tự nghĩ là phải cho một người lúc nào cũng lạc quan yêu đời như chàng! Chỉ đi tù một thời gian ngắn, rồi lại vượt biên thành công qua đây, Long cảm thấy cuộc đời mình như vậy là may mắn hơn nhiều người... Tôi hỏi Long về Vũ thì chàng cho biết: có lần đi phố tình cờ gặp Vũ. Long rất vui mừng nhưng ngược lại, Vũ lạnh nhạt và không muốn nói chuyện nhiều với bạn cũ. Hình như thời gian và cả không gian đã làm đổi thay lòng người. Long buồn nản và cố tìm hiểu nhưng chưa biết tại sao người bạn thân này lại làm mặt lạ với mình. Chàng nghĩ xem trước kia mình có làm gì sai trái với Vũ chăng... Lâu lâu, Long cũng mong Vũ gọi điện thoại hay đến nhà thăm hỏi nhưng từ đó chàng vẫn biệt tăm tin tức người bạn...

Hai đứa ngồi yên lặng, mỗi người theo đuổi ý nghĩ riêng của mình. Có lẽ Long đang nhớ về kỷ niệm, về Vũ và các bạn bè ngày xa xưa: Ôi, cái dáng cao cao, gầy gầy của một sinh viên Văn Khoa ngày nào... Ngoài đường xe bắt đầu qua lại nhiều, chắc đã đến giờ tan sở. Nhìn nhiều xe hơi đắt tiền đậu ở bãi xe, tôi bồi hồi nghĩ đến lúc còn trẻ, đi học toàn bằng xe đạp, mà nay hoàn cảnh đã đổi thay... nhưng liệu hiện tượng này có phải là sự thăng tiến không? Hay là mình phải đi tìm cái gì khác nữa, vượt cao xa hơn cái vật chất của cuộc sống này?

Uống xong ly cà - phê, Long với vẻ trịnh trọng bắt đầu kể tôi nghe về gia đình em gái mình: Theo chàng thì vợ chồng Dũng đã có những lục đục từ lâu, từ khi Thu mới về nhà chồng, như cô Dung mới cho biết đây. Nhưng Long còn tiết lộ thêm nhiều chi tiết về Dũng, một người mà tôi vẫn cho là mô hình của một người "quân tử": Trong chuyến vượt biên hụt ở Bà - Rịa, khi nghe thấy Công An ập vô bắt, Dũng đã mất bình tĩnh; và lúc bị áp tải về Xã, trên con đường đất qua đồng ruộng, trong đêm tối, Dũng đã lẻn trốn ra khỏi đoàn mà không cho Thu biết, lúc đó nàng đang phải ôm đứa con nhỏ. Đến khi Thu không thấy Dũng đâu thì đoàn người đã đến gần trụ sở Công An Xã. Thu ngạc nhiên về hành động của chồng mình, và nàng cho là Dũng đã yếu đuối và hèn nhát. Sau này Dũng vẫn biện giải là vì đang là công nhân viên nên chàng sợ nếu bị bắt sẽ bị nhốt lâu hơn Thu. Nhưng Thu chỉ mong cho chồng mình ít ra lên tiếng cho nàng biết trước khi lẻn đi như vậy, bỏ nàng bơ vơ và trong lòng còn lo lắng thêm, không biết Dũng ra sao... Rồi khi qua Mỹ, đúng lúc kinh tế đang lên, nhà cửa nóng hổi, Dũng làm tiền khá nhờ anh ngữ giỏi và hiểu biết về Luật, nhưng lúc đó chàng lại không đếm xỉa gì đến sự giúp đỡ cho gia đình bên vợ, tất cả tiền làm ra đều gửi về cho bà cụ xây nhà sửa cao, bảo trợ cho các em của mình, mà tỏ ra không lo bao nhiêu đến vợ con bên này: Căn nhà đang ở chưa từng được chính trang sơn phết một lần. Ngoài ra, Dũng bắt đầu uống rượu và ham mê cờ bạc. Tiền Dũng làm ra bao nhiêu, Thu không biết được. Lúc đầu nàng không hề lên tiếng than phiền, nhưng khi quá lắm thì đã muộn, cơn khủng hoảng địa ốc xảy ra, công việc buôn bán nhà trở nên chậm lại. Trong nhà, hai vợ chồng bắt đầu lục đục, cãi vã với nhau. Có thể theo ý của Dũng, người vợ phải phục tòng chồng, chàng vẫn nghĩ đó là điều hiển nhiên như Khổng Tử đã từng dậy từ bao ngàn

năm nay, dù sao chàng vẫn mang tiền về nhà hàng tháng và
đủ chi dùng cho Thu, thế là đúng bổn phận rồi. Nhưng Thu
cho rằng chính vợ con cần nhiều thứ hơn là hai bữa cơm và
chỗ ngủ ban tối: Các con chúng nó cần đến tình thương và sự
săn sóc của cả cha lẫn mẹ. Dũng thì nại cớ là bận rộn công
việc bên ngoài xã hội, đâu có thì giờ làm theo ý vợ...

Long đứng dậy trả tiền. Chúng tôi ghé tiệm ăn, rồi sau đó
Long đưa tôi về nhà Dũng nhưng không vào.

Ở chơi vài ngày với vợ chồng Dũng, tôi lên đường về lại
Ohio.

Chỉ ít lâu sau, tôi nhận được điện thoại của Long cho biết
Dũng bị viêm gan siêu vi C, đang tiến hành điều trị và kết quả
rất khả quan. Hai vợ chồng Dũng đã làm lành với nhau; trong
thời gian trị bệnh, Thu săn sóc cho chồng rất tận tâm, đúng
như một người vợ hiền. Tôi không biết nguyên nhân gì đã
thay đổi được hai người: Nhờ vào tình yêu, tình bạn hay là do
cái nghĩa vợ chồng đã ràng buộc họ sau bao năm chung sống?

Nhưng tựu trung, tôi rất vui và dự trù sẽ sớm qua thăm
Dũng lần nữa... Thì, Long báo tin Dũng đột ngột bị tai biến
mạch máu não và qua đời. Long tiết lộ: Đêm đó Dũng lên lầu
nằm ngủ thì đột nhiên ngồi dậy kêu nhức đầu, chàng vừa
đứng lên đã ngã khụy xuống đất ôm đầu kêu đau, chỉ vài giây
sau là bất tỉnh. Xe cứu thương đến thì Dũng đã tắt thở.

Tôi đau buồn vì vừa mất đi một người bạn từ thủa sinh
viên, một người bạn rất tốt với mọi người. Dù nhiều lúc Dũng
hành động có thể đã bị xem là không tốt, tôi vẫn cho anh là
một người quân tử hiếm có ở đời này.

HAI CHA CON

*N*ước *mắt chỉ chảy xuôi...*

Vào cuối thập niên 80, sau bốn năm học, tôi, một sinh viên"lão"(vì đã quá tuổi đi học từ lâu) cũng ra trường và may mắn xin được việc ở Bộ Quốc Phòng Hoa - Kỳ. Một phần công việc của tôi là đi công tác các căn cứ quân sự trên toàn nước Mỹ.

Vào mùa đông năm đó, tôi và một đồng nghiệp Mỹ được giao đến căn cứ không quân Wright - Patt ở thành phố Dayton, một tỉnh trung bình của tiểu bang Ohio. Đây là lần đầu tiên ghé đây: Ban ngày chúng tôi bù đầu trong công việc; đến trưa thì được giới thiệu ăn trong cafeteria của nhà binh, thức ăn thật nhiều nhưng đa số là đồ hộp hoặc đông lạnh nấu lại, ăn ngày đầu thì còn được nhưng đến ngày thứ hai thì chán ngấy nên vào buổi tối, tôi mượn chiếc xe của người đồng nghiệp chạy ra phố kiếm hàng quán Việt; nhưng sau hai đêm tìm kiếm và ăn thử, mới biết là ở đây không có tiệm nào hợp khẩu vị. Đến cuối tuần, người bạn có việc chạy xe ra phố để tôi nằm lại trong căn cứ một mình. Ngồi trong căn phòng trống trải của Câu Lạc Bộ Sĩ - Quan Độc - Thân nhìn ra ngoài đường: tuyết đang rơi lất phất, cây cối trơ trụi mà lòng chợt nhớ và tiếc về vùng nắng ấm Ca - Li mà giờ này chắc là phố phường đang dập dìu tài tử giai nhân... Không biết làm gì hết thời gian, tôi tình cờ với lấy cuốn niên giám điện thoại và kiếm danh sách người Việt, dò đến họ Nguyễn, thấy có tên Hùng - Nguyễn V. Hùng - , bèn gọi thử thì rất may là anh Hùng này đang có nhà và vui vẻ trả lời tôi. Sau khi tự giới thiệu và nói chuyện thăm hỏi, anh Hùng đề nghị đến đón tôi ở cổng căn cứ và đưa tôi về nhà mà anh nói là cũng không xa mấy. Tôi vội vàng sửa soạn và đi bộ ra cổng chờ anh.

Ngó thấy tôi đứng ở chòi canh, Hùng xuống xe vẫy rồi đến gần bắt tay tôi. Trông anh gầy và cao nhưng khỏe mạnh, chỉ khoảng trên dưới bốn mươi. Hùng đến bằng chiếc xe nhỏ, đã cũ. Trên xe ngổn ngang đồ đạc, vừa đồ chơi trẻ em, vừa sách vở... Anh người Bắc và nói chuyện cởi mở, vui vẻ khiến tôi cảm thấy thoải mái dễ chịu.

Trong đời tôi khi gặp một người lạ, hình như nhận xét và cảm tưởng đầu tiên khi vừa gặp người nào thường bao giờ cũng chính xác nhất, không biết vì sao mà tôi tin như vậy; và hình như lúc nào cũng đúng. Và lần này, tôi tự nhiên có cảm tình và tin Hùng là một người đàng hoàng và tốt bụng. Cũng có thể vì anh ta đã vui vẻ với tôi và chấp nhận đưa về nhà chăng? Chỉ sau vài phút lái xe là đã đến chỗ nhà anh. Đó là một khu nhà chung cư rẻ tiền, cũ kỹ, có bãi đậu xe bao quanh và vài cây nhỏ trồng dọc theo dãy nhà. Sau khi biết về lý do tôi gọi điện thoại cho anh mặc dầu không quen trước, Hùng cũng kể sơ về hoàn cảnh của anh cho tôi nghe: Anh mới tốt nghiệp đại - học và đang làm việc cho một cơ quan trong tỉnh này từ hai năm nay. Nhưng vì có vợ và hai con còn nhỏ nên anh cũng chưa có khả năng mua được cái nhà. Khi xe vừa đậu lại, tắt máy xe thì Hùng cho biết thêm:tôi là người thứ hai đã làm quen với anh qua số điện thoại. Anh nói là cách đó hai năm có một người tên Hải cũng đã làm như vậy và nay đã trở thành bạn của anh. Tôi mỉm cười về những cuộc gặp gỡ tình cờ như vậy và chợt nhớ đến câu: "hữu duyên thiên lý năng tương ngộ... "

Hùng mở của mời tôi vào nhà. Phòng khách nối liền với nhà bếp. Một cụ già khoảng bảy mươi tuổi đang nấu món ăn trướclò bếp. Dáng ông gầy lưng còng và một tay ông chống vào thành tủ, có lẽ cho đỡ đau lưng. Mùi đồ ăn tỏa lan trong phòng, mùi thịt bò pha với bơ và rượu... hình như thêm mùi rau thyme, hương vị của món ăn tây như là ra gu thì phải. Thấy hai chúng tôi vào, ông quay lưng lại chào tôi. Gương mặt dài, sống mũi cao, ông đeo cặp kính lão gọng đen to để xệ xuống. Hùng lên tiếng:

- Thưa bác, đây là anh Cường làm trong căn cứ mà hồi nãy gọi điện thoại cho mình - rồi anh chỉ tay về phía ông cụ - Còn đây là bác Tụng ở trọ nhà tôi. À mà bác Tụng là ba của anh Hải mà tôi kể anh nghe hồi nãy đó.

Hùng đi lại bếp đặt ấm nước để pha trà rồi bầy tách trên bàn ăn dài kê gần cửa sổ nhìn ra ngoài đường. Tôi thấy vậy cũng đứng dậy lại gần. Ông cụ cũng vặn bếp nhỏ xuống rồi lại ngồi ở đầu bàn. Ông hỏi tôi:

- Anh đến đây công tác bao lâu rồi, có ở lâu không?

- Dạ cháu đến từ tuần trước và thứ ba tới là cháu phải về lại Đi - Xi (gọi tắt của Washington, DC).

Giọng nói của ông trầm và ấm. Tôi nhìn kỹ thấy ông tuy gầy nhưng thân hình còn rắn chắc, có lẽ lúc trẻ ông rất khỏe mạnh. Tôi bắt chuyện với ông:

- Thưa bác ở share nhà anh Hùng lâu chưa?

- Không, có share gì đâu. Vợ chồng nó rủ tôi đến ở vậy thôi.

Hùng cũng vào bàn:

- Khu nhà này được chính phủ trợ giúp nên chúng tôi góp tiền thuê theo lợi tức, mà lương tôi không bao nhiêu nên trả cũng rẻ. Ngọc, bà xã tôi, mời bác đến ở chung cho vui vậy thôi.

Chúng tôi hỏi thăm nhau một chập thì một người đàn bà cùng hai đứa con gái nhỏ độ mười và sáu, bảy tuổi mở cửa bước vào. Vừa vô là mấy đứa nhỏ đã ồn ào náo nhiệt cả căn phòng: hai đứa tung tăng, một đứa đòi uống nước, còn đứa kia thì đòi ăn cơm. Vợ của Hùng khệ nệ sách mấy túi đồ ăn vô để trên bếp.

Trông nàng rất trẻ, dáng của một thiếu nữ, trạc trên ba mươi với nước da trắng, thấp người và tròn trĩnh với đôi mắt to và đen. Hùng giới thiệu vợ mình cho tôi và nói vài câu về cuộc gặp gỡ của chúng tôi. Ngọc toát ra vẻ sinh động, tràn đầy sức sống, khác hẳn với Hùng có vẻ lừng khừng như một ông cụ non. Ngọc nhanh nhẹn vừa soạn đồ vừa lo cho các con ăn uống, còn Hùng đứng dậy phụ vợ. Có vẻ lu bu với mấy đứa con, Ngọc chỉ chào tôi qua loa.

Thấy cũng đã trễ, tôi đứng dậy xin kiếu. Hùng nhìn vợ đề nghị:

- Em ơi, tuần tới anh Cường đi về lại Đi - Xi rồi, tối mai mình nấu gì mời anh ý nhe em?

Ngọc quay lại nhìn tôi, trong ánh mắt hình như đang mỉm cười:

- Được chứ! Tối mai chủ nhật mời anh đến ăn với tụi này. Tôi đã đi chợ mua xong các thứ rồi. Chắc chỉ cần mua thêm rượu cho bác Tụng thôi.

Tôi ngỏ lời cảm ơn và hẹn gặp lại nhau hôm sau. Hùng đưa

tôi về lại nhà trọ trong căn cứ quân sự.

Sáng hôm sau, ngày chủ - nhật, tôi dự tính rủ ông bạn đồng nghiệp có chiếc xe thuê đi xem viện Bảo Tàng về Hàng Không Hoa - Kỳ nổi tiếng của Dayton: Nơi đây là cái nôi của chiếc máy bay đầu tiên được hai anh em nhà Wright sáng chế ra. Nhưng xui xẻo, ông bạn mắc đi nhà thờ nên tôi lại ngồi nhà chèo keo một mình. Chợt nhớ đến Hùng, tôi gọi để rủ đi uống cà - phê thì may sao anh cũng rảnh. Chỉ vài phút sau là anh đã đến đón tôi ra phố.

Cảnh trí của Dayton có lẽ tiêu biểu cho một tỉnh nhỏ ở Mỹ: phần đông nhà theo kiểu trệt và loại Cap Code, hoặc đi đến khu sang hơn thì có nhà nhiều tầng và nhà nào cũng có một mảnh vườn. Ở khu trung tâm có nhiều nhà hàng fast food, rồi cũng có nhà hàng Tàu loại buffet, ăn tự do.

Bây giờ đang Đông, cây cối trơ trụi, ngoài đường vắng vẻ và trên lề còn đọng ít tuyết chưa tan. Hùng cho xe chạy một vòng nhưng không biết đi đâu. Có lẽ không thuộc loại ghiền cà - phê, hay la cà, anh hỏi tôi:

- Tôi không đi ăn uống ngoài tiệm mấy nên không biết đưa anh đi đâu đây... Tôi nghe nói mấy tay thanh niên độc thân hay ngồi ở quá Dunkin Donuts... Hay mình vô đó, được không anh?

- Ờ. Cà - phê của họ cũng ngon lắm.

Tôi trả lời anh xong. Hùng vòng xe lại và chỉ chạy một quãng là đến. Đây là một quán không có gì đặc sắc: Như hàng bao nhiêu quán ở khắp nước Mỹ, nó nằm bên đường, cạnh các tiệm ăn rẻ tiền. Chúng tôi lựa một góc trong cùng ngồi cho yên tĩnh để vừa uống vừa nói chuyện. Hùng tâm sự thêm rằng anh qua đây được năm năm sau khi vượt biên tới đảo Galang ở Nam Dương vài tháng. Trước kia anh cũng là một sĩ - quan QLVNCH. Sau khi tan hàng năm 75, đi tù ở các trại tập trung ngoài Bắc. Trong thời gian bị tập trung, vợ con anh phải sống lây lất ở Sài - Gòn... Nhớ đến ông cụ ở nhà anh, tôi hỏi thăm về hoàn cảnh của cụ thì như đột nhiên, Hùng nhìn tôi với cặp mắt linh động và như có vẻ muốn tâm sự, anh nói:

- Câu chuyện của ông già Tụng, chúng tôi quen gọi ông như vậy là vì Hải, con trai ông thường gọi như vậy, buồn lắm. Chuyện hơi dài, nhưng thôi tiện đây xin kể anh nghe...

Uống xong một ngụm cà - phê, anh chậm rãi kể.

Nhiều người bà con bạn bè của tôi, nhất là mấy người ở Ca - Li, thường hay rủ tôi qua đó sinh sống cho vui. Họ vẫn hay thắc mắc là tại sao chúng tôi lại chịu ở một nơi xó xỉnh như thế này, một nơi khỉ ho cò gáy - mà thật ra ở đây lại không có khỉ mà cũng chẳng có cò nữa! - Thật ra như là đó định mệnh sắp xếp cả anh ạ: Tôi và bà xã đến thành phố này do người bạn cùng ở tù với nhau rủ rê; mục đích để cùng nhau đi học cho có cái bằng và hy vọng sau đó sẽ có việc làm thoải mái, không phải lao động chân tay vì chúng tôi phần lớn đều đã kinh nghiệm về "lao động" ở Mỹ khi mới qua. Sau khi vượt biên và ở đảo một vài tháng, chúng tôi được một gia đình Mỹ ở tiểu bang Maryland bảo trợ. Họ có một nông trai lớn nên muốn chúng tôi tới làm việc cho gia đình ông ta. Nhưng anh cũng biết, tôi vốn ốm yếu, đâu có sức vóc làm việc đồng áng được, vả lại ở trong tù tôi đã lao động không chịu nổi rồi mà nay qua đây lại phải bị khổ sai nữa hay sao. Chẳng nhẽ tránh vỏ dưa lại gặp vỏ dừa? Công việc trong nông trại dù cho có xử dụng nhiều máy móc, cũng cần phải mạnh bạo tay chân của người mà vẫn rất nặng nhọc và lại làm việc không có lương, ngoài một chút tiền túi tiêu vặt, còn áo quần thì là đồ cũ của nhà thờ quyên góp cho. Chỉ sau ba tháng là chúng tôi mệt mỏi quá. Cũng may là lúc đó tôi bắt liên lạc được với một anh bạn cùng tù, đang đi học ở thành phố này. Thế là một ngày đẹp trời, chúng tôi ngỏ lời cảm ơn người Mỹ "tốt bụng" kia rồi lên đường qua đây bằng xe buýt. Ở đây, người Việt đa số tuy nghèo nhưng sống có tình, nhiều người đã giúp chúng tôi lúc mới đến: nào là giúp làm đơn xin nhà, xin trợ cấp, đồ đạc của nhà thờ và xin đi học một trường ngay gần đây chỗ ở. Thế rồi cuộc sống chúng tôi bắt đầu tạm ổn định và cứ trôi đều, phẳng lặng như mặt hồ... Cách đây hai năm, đi làm về, đang sửa soạn bữa cơm tối thì tôi nhận được một cú điện thoại của một người lạ như anh vậy, cũng tình cờ lật số điện thoại niên giám rồi gọi tôi: Đó là Hải, anh ta mới được chuyển đến căn cứ để nhận việc làm nên cần có người địa phương giúp kiếm chỗ thuê nhà. Hải trạc độ bốn mươi, đã tốt nghiệp về tài chánh. Ban đầu anh ấy không nói gì về gia cảnh, đến đây có một mình. Hải qua Mỹ từ 75, giỏi tiếng Anh và thông thạo cuộc sống ở đây. Trước khi còn ở Việt - Nam, anh là sĩ - quan tác chiến trong đơn vị Thủy Quân Lục Chiến đóng ở Quảng Trị. Có điều đặc biệt về Hải là khi mới gặp ai cũng thấy anh ăn mặc rất sang trọng, lúc nào áo quần cũng bảnh bao, là ủi thẳng nếp. Hải dáng người cao lớn đẹp trai với mũi cao và nước da trắng trong thân hình hơi đẫy đà. Tuy nhiên anh có cặp mắt lờ đờ và giọng nói lúc nào cũng trầm to và linh hoạt. Hình như lúc nào anh cũng muốn là trọng điểm của đám đông, mặc dầu đôi khi lời nói của chàng không được tế nhị, làm nhiều người khó chịu vì xử dụng những từ ngữ thường sỗ sàng, có khi khá tục. Vì tử vi chắc là có cung mệnh đào hoa nên Hải rất được các bà các cô 'chiếu cố', thường bu lại để nghe anh nói chuyện tếu; và chính Hải cũng rất lấy làm hãnh diện. Những lúc như thế, anh thường vung tay rồi đảo đôi mắt qua lại xem mọi người phản ứng thế nào, rồi chợt cười to lên một cách thỏa mãn. Từ gương mặt cho đến điệu bộ và tướng đi thì hai cha con bác Tụng giống nhau như đúc, nhưng nếu quen biết rõ thì mới nhận thấy tính tình hai người lại khác hẳn nhau, nhất là ở những mặt quan trọng của cuộc sống: Đó là tính cách tự kiêu hay khiêm nhường, hành động độc ác hay hiền lành. Hai bố con như hai thái cực. Họ có thể về căn bản giống như nhau nhưng chỉ khác là khi đứng trước một hoàn cảnh khắc nghiệt, như biến cố tháng tư 75 hay phải đối phó với cuộc sống mới ở nước này thì rõ rệt hai người đã có cách sống khác hẳn nhau, hoặc là chịu khuất phục hay là can đảm đương đầu, mà không chịu để mất đi cái con người của mình...

Thế là tôi đã quen Hải và cũng đưa anh đi loanh quoanh, rồi cũng thành bạn nhau. Hải kiếm được chỗ thuê nhà ở khu gần đây nhưng sang hơn. Lâu lâu Ngọc nấu các món ăn Việt và mời anh qua thưởng thức. Đôi khi anh cũng tạt qua mà không báo trước. Những lúc như vậy Ngọc thường phải nhường thức ăn cho khách nên nàng cũng bực mình. Một buổi chiều, khi gia đình chúng tôi đang sửa soạn ăn cơm thì có tiếng gõ cửa. Tôi ra mở thì hóa ra Hải, bên cạnh có một cô đầm Mỹ. Tôi mời họ vào. Bước vô, Hải cười và nói to bằng tiếng Anh:

- Đây là Mary, bạn làm việc cùng sở với tớ... Ê này, cho chúng tôi ăn cơm Việt - Nam hôm nay nhé. Mau nhe. chúng tôi đói lắm rồi!

Vợ chồng tôi nhìn nhau ngạc nhiên, hơi ngỡ ngàng và khó chịu, nhưng cũng đành phải lấy thêm chén bát ra cho hai "người khách bất đắc dĩ".

Hải qua đây đã lâu và thành thạo lối giao tế với Mỹ; nhưng trái lại, khi gặp người Việt thì hình như anh có vẻ ngượng nghịu và mất tự nhiên, câu chuyện của anh trở nên lạc lõng và không ăn nhậu gì với nhau. Anh làm như là anh đã quên mất phong tục, tập quán quê hương. Sau khi có lời giới thiệu và nói mấy câu xã giao, chúng ngồi vào bàn ăn. Cô Mỹ này cũng vui vẻ và tự nhiên. Cô nói chuyện với bà xã và hai đứa con gái của tôi. Nhưng về phần ăn uống thì cô không tài nào ăn nổi cái món mướp đắng với cá kho Ngọc nấu hôm đó. Thấy vậy, nàng đứng dậy làm nhanh món trứng đúc, may mắn là cô ăn một cách ngon lành.

Vì gặp lần đầu, cô ta có nhiều chuyện để nói với chúng tôi, nhưng sau một chặp thì rõ ràng là cuộc nói chuyện trở nên nhạt nhẽo. Chỉ vì lịch sự, chúng tôi có duy trì cho bữa ăn được vui vẻ. Khi ăn xong, cô bạn đứng dậy phụ Ngọc dọn dẹp, rửa chén thì chợt Hải vùng vằng nói lớn bằng tiếng Anh:

- Ê! Này, thôi chứ, đừng có vớ vẩn. Cô làm trò gì vậy, tôi phải đi về ngay đây.

Ngọc hơi khó chịu, còn tôi thì nghĩ thầm: Đã đến không báo trước, ăn no nê rồi cứ thế 'xách đít' về; đối với người Việt ta như vậy là quá bất lịch sự! Khi họ đi, tôi phụ dọn dẹp để Ngọc đưa hai cháu lên lầu đi ngủ, chúng tôi nhìn nhau lắc đầu, trong bụng hai đứa vẫn còn hơi đói...

Dần dà, Hải làm quen nhiều bạn bè người Việt ở đây, và rồi tôi cũng ít gặp anh. Bằng đi một thời gian, năm ngoái, vào một buổi tối mùa Đông, vừa ăn cơm xong, tôi nhận một cú điện của Hải báo tin là sẽ đưa ông thân sinh mà anh gọi là "ông già Tụng" qua đây sinh sống với anh. Hải cho biết thêm là bà mẹ kế của anh mới qua đời, ông già cảm thấy buồn và muốn dọn sang Ohio. Hải hẹn ngày đưa cụ đến nhà tôi. Hôm anh đưa ông đến, cũng lạnh như hôm nay và có ít tuyết rơi, cụ mặc chiếc áo măng tô bằng nỉ màu đen dài, đầu còn đội thêm cái mũ dạ, trông ông như một ông Tây hơn là người mình. Lạ lùng là gặp lần đầu là chúng tôi có cảm tình ngay với ông. Có thể vì cụ cởi mở và họat bát, lại vừa thích đùa với hai đứa con gái của chúng tôi, và chúng lại mến cụ liền và cười khúc khích bên ông... Gặp ông, tôi để ý ngay đến giọng nói to oang oang của cụ như vang lên trong căn phòng khách nhỏ của chúng tôi. Bên cạnh cha mình, Hải ngồi yên lặng như cái bóng của ông, không hé môi mà để một mình ông nói chuyện, có lẽ nhờ vì cụ vui vẻ và dễ được cảm tình của chúng tôi hơn. Người ta thường nói đôi mắt là cửa sổ của tâm hồn, nhưng tôi nghĩ là chính giọng nói mới thực sự bộc lộ tấm lòng của con người. Tối hôm đó, chúng tôi giữ cụ ở lại ăn cơm vì Hải nói có việc phải đi ăn tiệc trong cơ quan. Trước khi anh đi, cụ hỏi tôi xem cụ ngủ lại nhà tôi được không vì Hải sẽ về trễ. Chúng tôi bằng lòng ngay vì cũng còn dư phòng ngủ ở dưới nhà, cả gia đình chúng tôi chỉ dùng ba phòng ngủ trên lầu. Ông tỏ ra mừng rỡ và ông con vừa ra khỏi nhà thì cụ nhờ tôi đưa qua chợ mua rượu và thuốc lá cùng ít đồ nhắm. Vào chợ, cụ vớ ngay một chai vang đỏ lớn hiệu Gallo, lại thêm một két Heineken, một tút thuốc Lucky Strike cộng thêm đồ nhậu. Trên xe về, cụ tâm sự là ở nhà với Hải, cụ không được uống gì và nếu có hút thuốc thì phải ra ngoài sân. Ông than thở là độ này lạnh quá rồi mà đứng ngoài sân hút nhiều khi cụ chịu không nổi, vừa nói cụ vừa chỉ tôi xem đôi vớ dầy cụ đang mang, bên hông có hai cục pin to nổi lên, vừa cười vừa nói:

- Tôi phải chơi cái này mới đủ ấm anh ạ. Ai bảo lạnh như thế này mà nó bắt tôi phải ra sân đúng hút, lạnh teo người!

Nghe nói cụ thích cơm Tây, nên đêm đó Ngọc nấu món lưỡi bò hầm đậu, cụ khen lấy khen để. Không biết vì rượu vào làm cụ hứng khởi hay nhờ món ăn ngon thật. Rượu làm như tăng sinh khí, cụ cười nói vang cả nhà: Con người cụ xem ra bình thường vốn từ tốn, nay bỗng náo nhiệt và vui vẻ. Tôi nghĩ, vào cuối đời, có lẽ cụ chỉ còn vài thú vui này thôi.

Đã ngà ngà say, cụ tâm sự là chỉ có một đứa con nhưng mẹ của Hải đã bỏ đi theo gia đình khi mới sanh con và sau đó cụ tục huyền thì mẹ ghẻ không hợp với con chồng nên Hải lớn lên hay bỏ nhà đi chơi lêu lổng rồi đi lính, ít khi về thăm ông. Theo cụ thì, mặc dù được bà mẹ kế nuôi dưỡng tử tế, kỹ lưỡng nhưng vẫn không sao làm con ghẻ vừa lòng; và từ đó Hải có ác cảm với cả cha mình. Vào năm 75, khi tình thế sôi động, Hải cùng đơn vị ở Vũng Tàu theo tàu Hải - Quân ra Hạm Đội Mỹ; trong khi đó ông Tụng đang ở Sài - Gòn thì được người cháu là sĩ - quan Hải - Quân đưa đi. Họ xum họp ở trại ty nạn nhưng sau đó lại đi hai nơi khác nhau ở Ca - li: Hải vừa đi học vừa đi làm nhưng nhờ có vốn khá tiếng Anh nên việc học dễ dàng. Hình như Hải hợp với lối sống Tây Phương và cuộc sống bên này. Mấy năm đầu ở Mỹ, ông Tụng làm việc cho hàng điện tử nhưng công việc nặng nhọc nên ông xin nghỉ hưu cách đây hai năm, sau một tai nạn lao động làm đau xương sống, từ đó ông đi đứng khó khăn và khòm lưng như ông thường đùa "lưng tôi vẹo rồi". Về hưu chẳng bao lâu thì cụ bà bệnh bất ngờ và qua đời, Cụ ông trở nên cô đơn và nhớ đến con nên đề nghị Hải đưa qua đây. Nhưng việc ở chung có nhiều va chạm, hai cha con tính tình xung khắc, hơn nữa Hải không muốn cha mình uống rượu và hút thuốc, hay là đây chỉ là cái cớ, tôi không rõ. Nhưng trong lúc ngà ngà say, cụ hay nhắc đến con với tất cả trìu mến, cụ nói: "tôi phải ở gần nó vì tôi biết nó vẹo lắm, không có tôi kèm thì nó loạng quạng với đời... nó phải có tôi mới được... Tôi biết nhiều khi nó làm sao ấy... nhưng nước mắt chảy xuôi chứ có bao giờ chạy ngược phải không anh?" Tôi nghĩ trong bụng: Hải nói cha mình muốn qua đây vì sợ cô đơn và nhớ con, còn ông bố thì lại nói là ở gần con để giúp đỡ nó. Mỗi người đều có lý lẽ riêng của mình, có điều là người cha muốn gần con, nhưng ngược lại đứa con thì chỉ muốn hắt hủi bố...

Đang ngồi thù tiếp ông cụ ăn uống thì có tiếng gõ cửa, khi ra mở thì là hai thanh niên trong xóm, họ thường ghé nhà tôi bất chợt không báo trước. Đó là Minh và Dũng, trước kia học cùng trường với tôi và nay họ đều có việc làm ngon lành. Vì cả hai đều còn độc thân nên họ cũng thường bất chợt tạt qua ăn cơm chung với chúng tôi cho vui. Thấy ông cụ ngồi trước ly rượu và giọng bắt đầu lè nhè, Minh và Dũng hai tay sáp vô ngồi góp chuyện. Ngọc lấy bát đũa và múc thêm đồ ăn ra bàn. Không khí bữa ăn tưởng bắt đầu lắng dần và tôi cũng bắt đầu mệt mỏi, nay lại bùng lên như đống củi tàn được bới cháy bốc lên, tiếng cười nói lại rộn rã rền trong nhà. Ông cụ nói chuyện rất hợp với hai người bạn trẻ. Cao hứng, cụ kể cuộc đời oai hùng xa xưa của mình: nào là từng đi lính Lê Dương cho Tây và nhiều phen đánh đo ván một thằng lính gốc Đức to lớn hay bắt nạt đám lính Mít. Cụ phán "tao đâu có ngán thằng nào mày... " rồi ông giơ nắm tay vung lên, nói tiếp: "tay này đưa một cú là nằm ngay... " Dáng điệu của một ông già như đang đánh lộn, làm cả nhà cười rộ. Ngọc đang ở trên gác nghe ồn ào cùng đi xuống nhà, nhìn thấy cụ mặt đỏ gay thì hiểu ngay là cụ đang say sưa nên nàng mỉm cười quay lên phòng lại. Có lúc cụ nói nhỏ lại, chậm rãi kể về những cuộc đi buôn thuốc phiện ở bên Lào mang về Sài - Gòn bằng thông hành ngoại giao, vì lúc đó cụ làm cho tòa Đại - sứ Pháp. Tất cả chuyện kể đều hấp dẫn và ly kỳ, nhưng không biết có đúng sự thật hay không hay chỉ là 'rượu nói', có trời mà biết được. Nhiều khi khác, nói về chính trị và hiện tình đất nước, cụ bảo: "tao có nhiều bí mật về hậu trường chính trị các nước, để rồi tao kể cho tụi bay nghe... " Chỉ sau này, tình cờ cụ cho mượn mấy tờ báo Văn Nghệ Tiền Phong, chúng tôi mới biết là những bí mật cụ nói là đều lấy ra từ tờ báo này mà ra cả.

Đến khuya, chúng tôi mời cụ vào phòng trong để ngủ nhưng cụ từ chối mà nằm ngả lưng trên ghế bành, đánh một giấc cho đến sáng.

Từ đó, mỗi tuần Hải lại đưa ông bố đến nhà tôi chơi rồi ngủ lại, và cứ như vậy chúng tôi lại đưa cụ đi chợ mua các thứ lặt vặt nhưng chủ yếu vẫn là rượu và thuốc lá. Ngoài việc đưa người cha đến tôi hàng tuần, đôi khi Hải cũng ghé chơi và từ đó, tôi được biết là anh không đồng ý cho ba mình uống và hút. Có lần Hải giận giữ nói với tôi: "ông già Tụng vẹo rồi, sống không đúng sách vở, chỉ thích nói chuyện tổ sư và uống rượu, hút thuốc. Chả được cái tích sự gì cả... Tớ chán ông ý lắm rồi... Cái gì ông làm là tớ thực hiện ngược lại... Đúng là dân Việt - Nam không khá được... " Hải tỏ ra hổ thẹn với các bạn bè Mỹ về người cha Việt - Nam của mình, người cha mặc dầu thương con thật nhiều những vì cái tật uống rượu mà bị con mình hắt hủi đến độ không muốn đếm xỉa gì nữa. Có một lần, cũng vào một ngày mùa Đông giá lạnh, tôi tạt qua nhà Hải để thăm ông già Tụng thì ngạc nhiên thấy ông đang ngồi ngoài sân mà tôi đoán là cụ đang hút thuốc lá. Cụ mặc bộ đồ mới toanh, rất sạch sẽ, thoang thoảng lai có mùi nước hoa đâu đó đưa đến. Tôi nghĩ thầm, chả lẽ cụ mà lại bôi nước hoa? Nhưng tôi chợt nhớ đến đó là mùi nước hoa mà Hải vẫn thường dùng. Có lẽ chàng bắt cụ phải bôi cho được thơm tho chăng?... Mà trên môi lại không có điếu thuốc. Cụ ngồi như pho tượng, nét mặt buồn hiu như một đứa trẻ vừa bị phạt. Trông ông như một người mẫu trưng diện ở cửa hàng. Hỏi đến thì cụ trả lời là vì Hải sắp có bạn ở cùng sở đến chơi nên bắt ông phải ăn mặc sạch sẽ và ngồi chờ. Cụ nhăn nhó mặt trông dáng thiểu não. Nghe vậy, tôi không vào nhà, đứng nói chuyện với ông cụ một lát rồi về.

Trên đường lái xe, tôi cứ nghĩ mông lung về hai cha con ông Tụng, không biết tại sao Hải lại đối xử tệ với cha mình như vậy? Không biết trước đây, khi ở Việt - Nam, gia đình họ sống như thế nào? Hay là bà vợ kế của ông cụ bỏ bê Hải lúc còn nhỏ, nay chàng ta muốn trả thù cha mình? Một nỗi buồn nhẹ nhàng từ đâu xâm chiếm lấy lòng tôi... Một nỗi buồn nhẹ nhàng từ đâu đưa đến, xâm chiếm lấy lòng tôi, có lẽ tại vì cũng mồ côi mẹ từ nhỏ, cũng chịu cảnh dì ghẻ con chồng, tôi cũng đã từng thù oán cha tôi, những từ khi ông qua đời, tôi hiểu là trong thâm tâm, ông cũng thương tôi mà không dám bộc lộ. Cuộc đời sẽ trở nên tốt đẹp hơn lên biết bao nhiêu đôi khi cũng chỉ tùy vào một thái độ nhỏ nhoi biểu lộ ra thành thực tấm lòng của mình... Hay là chỉ cần có một chút can đảm biết mình và dám làm cho người thân yêu...

Rồi thời gian sau đó, Ngọc sắp xếp chỗ gửi con rồi ghi danh đi học ngành y - tá, khiến tôi cũng thêm bận rộn lo gia đình. Có lần bạn bè trong xóm kể tôi biết là trong buổi tiệc khiêu vũ, người ta thấy Hải cặp với cô Kim, một hoa khôi ở tỉnh này. Họ khen cặp trai gái này nhảy đầm rất điệu nghệ và mùi mẫn. Họ nói là khi cặp tài tử giai nhân này ra sàn là người khác e ngại ra nhảy và trố mắt nhìn những bước nhảy lả lướt và điêu luyện của Hải và Kim: Các ông thì nhìn với vẻ ganh tỵ, còn các bà thì lại thầm khen tặng. Hình như đôi tình nhân này sinh ra để làm bạn với nhau, họ quấn quít như hình với bóng.

Một buổi sáng thứ hai, tôi đang ở sở, Ngọc gọi cho biết ông Tụng đau nặng trong khi Hải không có nhà, chàng ta đang đi công tác ở xa, nên cần tôi đến ngay. Tôi qua gặp ông xếp, nói dối là có người chú ruột đau nặng rồi lái xe tạt qua nhà đón Ngọc đến nhà Hải. Khi mở cửa vào thì thấy ông cụ đang nằm ở ghế salon, mặt mày nhăn nhó như thể đang bị đau bụng. Hỏi ra thì cụ cho biết là bị bí đường tiểu và đau ở bọng đái. Cụ chỉ chỗ dưới bụng sưng lên như một cục u. Tôi hỏi tối qua cụ có uống nhiều không thì ông trả lời là chỉ có chút đỉnh thôi. Chúng tôi vội vàng đưa cụ vào nhà thương, cách đó mười lăm phút lại xe. Trong lúc ghi danh làm giấy tờ, cụ ngoắc tôi lại gần và nói:

- Này, mày đừng khai tối hôm qua tao uống rượu nhe chưa, Hải nó biết nó cự tao.

Tôi chỉ gật đầu ra hiệu đồng ý. Liền sau đó, bác sĩ trực đến khám và cho y - tá thông đường tiểu làm cụ thoải mái như mới thoát chết. Người bác - sĩ Ấn - Độ này nói tiếng Anh rất khó nghe, cho biết là cụ bị viêm tuyến tiền liệt, cần có trụ sinh và sau đó phải mổ cắt bỏ vì nó lớn ra làm tắc ống tiểu nên cụ phải nằm lại nhà thương. Họ chuyển cụ lên khu Nội - Khoa ở lầu bốn. Ở đây, mỗi phòng có hai giường, ông cụ ở chung với một người bệnh nhân Mỹ trắng đã đứng tuổi và không đến nỗi yếu lắm, có lẽ người này đang thời gian hồi phục nên rất vui vẻ nói chuyện với chúng tôi. Ngày hôm sau đi làm về, tôi và bà xã ghé nhà thương thăm cụ: Khi còn ở ngoài hàng lang bên ngoài phòng đã nghe tiếng của cụ nói chuyện oang oang với người nằm giường cạnh. Hóa ra cụ đang kể về những thành tích khi đi lính cho Tây. Hai người trò chuyện có vẻ tương đắc với nhau. Trong khi Ngọc đang lo giọn tô cháo mới nấu ở nhà cho cụ dùng thì vừa vặn Hải bước vô phòng. Chàng ta mới đi công tác về, vô thăm người cha lần đầu ở nhà thương. Thấy Hải, người Mỹ nhìn như đoán chừng rồi lên tiếng hỏi:

- Ồ, cậu con trai ông đến thăm đấy hả?

Ông Tụng chưa kịp trả lời thì Hải đã lên tiếng:

- Không phải, tôi chỉ là hàng xóm và bạn của ông Tụng này thôi.

Sững sờ vì câu trả lời của Hải, tôi quay qua Ngọc. Hai đứa chúng tôi nhìn nhau mà không biết nói gì. Chúng tôi không thể tin là Hải có thể phát ngôn như vậy. Tôi nhìn về phía ông Tụng, thấy ông sa sầm mặt, ngồi yên trên giường bất động. Ngọc lo cho ông cụ ăn xong thì không ai nói năng gì nữa, không khí trong phòng trở nên ngột ngạt. Tôi ngồi một góc nhìn hai cha con nhưng họ cũng chẳng nói gì nhiều ngoài vài câu hỏi thăm của Hải về bệnh tình cha mình.

Lấy cớ hôm sau còn đi làm, chúng tôi ra về. Đêm đó, trước khi đi ngủ, tôi hỏi Ngọc "hồi nãy em có nghe Hải nói với ông Mỹ không?" Nàng nằm yên lặng một giây lát rồi chậm rãi trả lời "Mình không còn Bố, và chỉ tiếc lúc còn sống không báo hiếu được thì anh Hải lại hắt hủi bác Tụng ra mặt như vậy. " Rồi nàng thở dài "đúng là nước mắt chảy xuôi chứ không chạy ngược bao giờ... " Đêm đó cả hai đứa chúng tôi đều trằn trọc khó ngủ, có lẽ mỗi đứa đều theo đuổi một ý nghĩ riêng của mình. Ngọc nhớ đến người cha của nàng còn trẻ mới qua đời vì bệnh ung thư, còn tôi thì nghĩ đến người cha tôi ít gần gũi mà khi còn nhỏ tôi rất ghét vì ông không hề chăm lo gì cho con cái. Có lẽ tính bố tôi như thế, cả đời ông sống trong một thế giới riêng rẽ và khép kín. Nhưng ông cụ tôi không bao giờ la mắng con cái hay khuyên bảo ai. Hình như đối với ông, ai cũng có phận riêng và không ai có thể làm gì được cho ai. Khi ông mất, tôi không cảm thấy buồn nhưng nay thì tôi lại nhớ và tiếc những ngày tháng lúc ông còn sống: Nếu ông còn sống đến hôm nay, có lẽ cuộc đời tôi sẽ khác đi chăng? Ngẫm nghĩ về cuộc đời, đôi khi cũng thấy buồn cười và khó hiểu: Hầu như ai cũng chạy theo một ảo ảnh gì đó nó cao vời và khó đạt được. Như trước đây, khi đang bị cầm tù ở núi rừng ngoài Bắc Việt Nam, đói rách khổ sở, tôi chỉ mong có được một củ khoai hay nắm cơm cho đỡ đói và được tha về với gia đình. Qua đến Mỹ thì phải lo lắng đi học rồi kiếm việc làm, mặc dù đã có tất cả vật chất cần thiết nhưng sao ta vẫn lại muốn đòi hỏi nữa: nào nhà phải cao, cửa phải rộng... Có lẽ không bao giờ con người ta chịu ngưng nghỉ lòng ham muốn... Nếu không có mái ấm gia đình, tình yêu của vợ con, thì cuộc sống của tôi ở tỉnh lẻ này sẽ buồn tẻ và vô vị. Hẳn vì vậy mà rất nhiều chàng trai tỵ nạn tới đây rồi lại bỏ đi tiểu bang khác sinh sống? Tôi nghĩ có lẽ không ai có thể sống hoàn toàn cho riêng mình được, luôn luôn còn có người thân thuộc chung quanh và chính những bổn phận và trách nhiệm đã trói buộc con người. Rất khó có thể như Gauguin đã dám từ bỏ tất cả vợ con và Paris để ra hải đảo xa xăm rồi chỉ sống cho nghệ thuật của mình. Nhà họa sĩ này là người can đảm hay hèn nhát? Tùy ở người phán xét ông. Hơn nữa, xem ra vấn đề không phải đơn giản là vậy mà ông ta có hạnh phúc khi sống như vậy không? Riêng cá nhân tôi, chắc chắn tôi không thể làm được như Gauguin...

Sau đó, hàng tuần, tôi vẫn đón cụ Tụng về nhà chơi; tất nhiên là luôn có mục đi mua rượu và thuốc lá. Cụ uống say sưa nhưng không bao giờ to tiếng hay làm phiền chúng tôi. Uống xong thì lăn ra ngủ trên ghế salon ở phòng khách, sáng hôm sau Hải đến đón về. Hai cha bao giờ cũng âm thầm bỏ đi, không ai nói với ai một lời.

Đột nhiên, vào mùa hè năm ngoái, cụ Tụng đến chơi và cho

biết Hải đã mua vé cho cụ về Ca - Li thăm người cháu. Cụ nói sẽ đi hai tuần lễ rồi trở lại. Đã quá hai tuần thì một đêm, lúc đã khuya, cụ gọi điện thoại nói chuyện với nhà tôi: cho biết là Hải đã lừa dối và không muốn cho cụ về lại Ohio nữa; còn người cháu thì đã tỏ ý không muốn cụ ở lại. Đêm đó Ngọc cho biết thêm là cụ xin với chúng tôi cho cụ ở chung. Cả hai chúng tôi đều đồng ý ngay vì nếu không thì ông ấy sẽ đi đâu? Chúng tôi bàn nhau là để cụ ở phòng dư dưới nhà, có phòng tắm kế bên; còn việc cụ hút thuốc lá thì tôi mua một cái quạt máy để ngay ở cửa sổ cho hút khói ra ngoài cho cụ được thoải mái; ngoài ra còn dùng khăn tắm lớn chắn kín dưới cửa phòng cụ để chặn khói lan lên lầu. Mặc dầu vậy mà vào buổi sáng, khi cụ hút, mùi thuốc vẫn thoang thoảng lan lên phòng trên gác...

Thế là cụ lại bay về Ohio, ở nhà chúng tôi. Tôi không biết giữa hai cha còn có đề cập đến việc dọn nhà hay không. Nhưng hôm đó, Hải lầm lì không nói năng gì và cũng không giúp cho bố tý nào cả. Từ khi cụ Tụng đến ở, chúng tôi cũng ít gặp Hải. Anh cũng không thường ghé thăm cha mình nhưng qua các bạn hữu chung có tin chàng hay đi party và đã cặp luôn với cô Kim. Có một lần, cụ cần được đưa đi khám bác - sĩ - thường thì tôi hay Ngọc làm công tác này - Nhưng hôm đó cả hai chúng tôi đều bận đưa con đi họp ở trường, tôi để nghị cụ hỏi Hải thì ông trả lời: "Ôi nó bận lắm mày à. "

- Bác ơi, chúng cháu có hai con nhỏ thì phải bận hơn anh Hải chứ?"

Cụ ngồi yên lặng và nói lảng sang chuyện khác. Sau đó ít lâu thì cụ than: "Mày có biết nước mắt chảy xuôi chứ có chạy ngược bao giờ đâu... Mày hiểu tao muốn nói gì chứ?"

Tôi nhìn ông nhưng ông tránh né đôi mắt của tôi và quay đầu ra ngoài đường, bên ngoài tuyết rơi lất phất tạt vào cửa sổ, đôi mắt ông buồn và dáng điệu mệt mỏi... Tôi không thể ngờ được rằng người trước mặt tôi đây trước kia có thể là một tay chơi, một thứ anh hùng hảo hớn đã đánh đo ván vài ba thằng lính Tây mà nay bị đứa con trai ruồng bỏ, hắt hủi. Trông ông như con hổ bị giam trong cũi về già... Có lẽ luật trời sinh và cũng là lẽ sinh tồn của loài người: Thường cha mẹ yêu mến và lo lắng cho con cái hơn là ngược lại. Ông già Tụng cũng nằm trong ràng buộc đó, không khác được. Nhưng như vậy cũng đâu có nghĩa là con cái có quyền ruồng bỏ cha mẹ hay khinh thường người đã sinh ra mình, như trường hợp Hải?

*

Hùng nhìn tôi, ngừng kể câu chuyện rồi nâng tách cà phê lên nhấp nháp. Cũng vừa lúc, vài ba thanh niên người Việt mở cửa bước vào quán. Trông thấy Hùng, họ đến gần chào và hỏi thăm xã giao.

Thấy cũng đã trễ, Hùng đề nghị đưa tôi về căn cứ để còn về phụ Ngọc lo bữa cơm tối. Trên xe, tôi tò mò hỏi ý Hùng: "Theo anh thì tại sao Hải lại đối xử tệ với bác Tụng như vậy?" Suy nghĩ giây lát, anh trả lời: "Từ ngày qua Mỹ, tôi thấy nhiều người thay đổi tính tình: Khi đã có được chút đỉnh vật chất thì con người bắt đầu lo giữ của, sợ mất đi. Không như lúc trước, đói khổ ở Việt - Nam, đâu có gì để sợ mất? Vả lại, qua đây thế hệ già phải sống nhờ vào con cái, mất đi quyền hạn truyền thống của Đông Phương. Tôi chỉ nghĩ có thế. Còn anh, theo anh thì sao?" Tôi không biết nói gì, lúc sau tôi lên tiếng với Hùng: "Hay là giữa hai cha con có chuyện gì mà mình không được biết chăng? Một điều gì đó bí ẩn?... " Sau đó hai đứa tôi đều yên lặng, không ai nói gì nữa. Thả tôi về căn cứ, Hùng dặn sẽ đón tôi đến ăn cơm tối vào lúc năm giờ, tuy sớm nhưng vì đang mùa Đông nền trời đã tối.

Đúng hẹn, Hùng đón tôi. Khi bước vào nhà, tôi thấy ông Tụng đang ngồi nơi bàn ăn, trên lòng có đứa con gái của Hùng, nó chỉ độ ba bốn tuổi, hai ông cháu lâu lâu vang lên tiếng cười đùa rộn rã, làm ấm cúng phòng ăn một đêm lạnh lẽo. Trong khi chờ đợi Ngọc dọn đồ ăn, chợt đứa bé hỏi ông: "Tại sao ông ngoại cháu chết vậy hả ông?". Ông cụ trả lời: "Tại ông ngoại cháu già thì chết. " Đứa bé hỏi lại: "Vậy sao ông già mà ông không chết?" Câu hỏi của cháu làm ông Tụng chưng hửng giây lát rồi cười rộn lên: "Ồ hay! Con bé này hỏi mà tao chẳng biết trả lời sao... Đúng là đi xa hỏi già, về nhà hỏi trẻ... " Tất cả chúng tôi cũng đều cười vui vẻ vì câu hỏi ví von của đứa bé. Mấy ngày rồi không được ăn cơm nên bữa ăn đêm đó tuy vài món sơ sài nhưng tôi ăn ngon lành. Ông Tụng thì ngồi nói chuyện và uống bia nhiều hơn là ăn. Nhưng rõ rệt nhờ có ông mà bữa ăn trở nên vui nhộn, với những câu chuyện dí dỏm. Ông tỏ ra hiểu đời và giàu kinh nghiệm sống. Khi nghe Ngọc kể về thời gian dài ông cụ của nàng nằm nhà thương vì bệnh ung thư phổi, đau đớn và khổ sở chống lại căn bệnh hiểm nghèo trước khi qua đời, cụ Tụng cũng cho ý kiến: "Tao sẽ không để kéo dài. Nếu tao biết sẽ chết thì tao đã có thuốc độc uống cho chết ngay. Tao rất sợ bệnh kéo dài, đau đớn như vậy... " Tôi nghe thế vội hỏi ông: "Bác có sẵn thuốc gì vậy?" Ông trả lời ngay: "Ồ. Tao dấu ở trong va - ly. Sẵn sàng. "

Ăn uống xong, chúng tôi ngồi nói chuyện miết. Càng về khuya, ông già Tụng càng hăng say lưu loát, như thế rượu vào lời ra. Nhưng ông nói chuyện có duyên, khiến tôi thấy vui là đã được quen biết cụ.

Chúng tôi chia tay lúc quá nửa đêm. Hai hôm sau tôi lên đường về lại Hoa Thịnh Đốn.

Trước khi đặt chân đến thành phố này, tôi cứ tưởng là cuộc sống ở đây chắc là sẽ buồn tẻ và vô vị, khiến không thể người Việt nào sinh sống được. Nhưng sau khi chứng kiến cảnh gia đình Hùng tối hôm đó và nghe những mẩu chuyện hấp dẫn của ông Tụng, tôi biết là mình đã lầm, và như người ta thường nói: Đất lành thì chim đậu. Và quả ở đây đất cũng lành...

Về đến nhà thì tôi lại bị cuộc sống nơi Thủ Đô cuốn hút như con lốc. Lâu lâu cũng nhớ đến anh Hùng và ông già Tụng, và tôi băn khuân tự hỏi không biết cuộc sống của họ độ này ra sao?

Gần hai năm sau, tôi lục lại số điện thoại của Hùng và gọi hỏi thăm nhưng số đó đã bị cắt mà không để lại số mới. Tôi đoán chừng anh đã dọn đi nơi khác, hay là đã mua được căn nhà mới theo như anh và chị từng ao ước.

Một hôm đi chợ Eden, tôi chợt thấy có một chiếc xe mang bảng số Ohio, tôi đến hỏi người chủ xe nhưng rất tiếc họ lại không ở Dayton và không biết gì về Hùng. Từ đó đến nay tôi không có dịp được gặp lại những người mà dù chỉ gặp và quen nhau ngắn ngủi nhưng đã để lại trong tôi một kỷ niệm khó quên. Nhất là một người cha lúc nào cũng thương con, cho dù đứa con có hất hủi ông cách mấy. Đúng như câu thành ngữ người Việt: nước mắt chỉ chảy xuôi...

DẠ TIỆC

Hương ngắm mình trong gương rồi mỉm cười hài lòng, hãnh diện với nhan sắc của mình. Sửa lại mái tóc rồi nhìn kỹ vệt son trên môi, nàng hớn hở vì thấy mình cũng có vẻ sang trọng như một mệnh phụ. Với khuôn mặt tuy hơi dài, nước da trắng làm nổi bật hai con mắt đen tuy không to lắm nhưng có lẽ nhờ đã được sửa nên trông lanh lợi hơn trước kia. Chính đôi mắt đen này đã làm nhiều tay con trai mê mệt, trong đó có Long, chồng nàng. Đó là thời xa xôi khi nàng còn là nữ sinh Ngô Quyền, chứ bây giờ đôi mắt này trở nên sắc sảo và còn thêm ánh dữ tợn như một người đang lên cơn giận.

Gia đình Hương nghèo, bà mẹ góa sớm và một mình phải nuôi dưỡng hai con: Hương và đứa em trai. Nàng là chị lớn và nhờ lanh lợi, hoạt bát nên mẹ cũng nể nang giao phó quán xuyến công việc nội trợ trong nhà. Sau này bà mẹ làm lẽ cho một phú thương người Hoa nên cũng đỡ túng thiếu. Bà ít khi có nhà, mê đánh tứ sắc và gần như đi đậu chén mỗi ngày từ sáng đến tối. Thời học trung học, Hương có nhiều bạn, cả trai lẫn gái; họ thường tụ tập đến nhà nàng ở sát Quốc Lộ 15, ngay cạnh sông Đồng Nai, trên đường đi vào thị trấn. Trong số bạn trai nhiều anh gấm ghé tán tỉnh Hương nhưng nàng kén nên chưa có tình cảm với ai, như chờ cho đến tay nào phải có nghề ngỗng, gia đình kha giả mới chịu. Đối với nàng, đã từng sống cảnh nghèo khổ nàng quyết không thể để cảnh túng thiếu xảy ra cho mình được nữa. Nàng đã tự hứa với mình như vậy từ năm mười tuổi, khi chứng kiến cảnh đứa bạn hàng xóm ngồi ăn chè đậu mà nàng chỉ đứng nhìn thèm thuồng vì không có tiền. Cảnh nhà nghèo khó ám ảnh nàng từ đấy...

Nàng đứng dậy, mở tủ áo lấy ra thêm bộ đồ đầm mang theo. Đây là chiếc áo đầm màu trắng xòe ra tuy hơi ngắn nhưng hôm đi shopping với Mai, vợ của Trường đã đề nghị nàng mua. Mặc thử, Mai cứ tấm tắt khen Hương trông trẻ cả mươi tuổi. Cứ đi dạ tiệc có nhảy đầm là nàng phải thay đổi quần áo sao cho hợp với điệu nhảy: Đêm nay hai vợ chồng đến nhà Đạt ở bên Maryland dự tiệc khiêu vũ mừng Xuân, nàng mặc áo dài màu đỏ cho nổi và chiếc áo đầm màu trắng để khiêu vũ.

Nàng đang sửa soạn thì Long đã ngồi chờ ở phòng khách dưới nhà. Thừa biết là lúc nào vợ mình cũng trang điểm lâu, Long mở truyền hình xem trận đấu football. Bây giờ đầu tháng tư, dịp lễ hoa anh đào cũng đã qua nên thời tiết bắt đầu ấm áp. Quanh vùng Hoa Thịnh Đốn, cảnh trí bùng mở xanh tươi, cây cỏ nở hoa tươi mát, chẳng bù cho mùa Đông vừa qua vừa lạnh lại tuyết nhiều.

Hai vợ chồng Long định cư ở thành phố Falls Church đã trên năm năm, cả hai đều có công việc tốt: Long làm điện tử cho hãng tư, còn Hương mới vào làm cho chính phủ sau khi học xong bằng hai năm nhưng trong các buổi tiếp xúc, nàng cứ tự giới thiệu mình là kỹ sư và lờ đi về cái bằng cán sự của mình.

Ngồi không yên, Long đổi đài truyền hình nhưng cũng không kiếm thấy kênh nào hay. Tự nhiên chàng cảm thấy khó chịu cái cà vạt hơi chật ở cổ, đưa tay lên nới lỏng nó ra. Chàng vốn không thích phải đóng bộ đi lễ lạc như đêm nay. Long chỉ thích kéo mấy người bạn HO hay cùng đơn vị Không Quân cũ tụ nhau ăn nhậu rồi nói chuyện bá láp xưa và nay. Đối với chàng, đi dạ tiệc, nhất là ở nhà Đạt, có vẻ trưởng giả khoe khoang, trình diễn nhà cửa, giàu sang hay bằng cấp... những thứ mà chàng không hợp và không có. Bất giác Lòng nghĩ đến vợ, lúc mới quen nhau khi Hương đang học Đệ Nhất, đâu có biết nhảy đầm gì đâu mà nay thì mê mệt, không dạ tiệc nào mà nàng không có mặt. Hương nhiều lần nói với chồng, nàng muốn giao thiệp với giới giàu sang thôi vì cho là người nghèo thường hay ganh ghét, không tốt với mình. Long chẳng biết có đúng như vậy hay chăng; và ngược lại, chàng thích giao du với bạn nghèo vì cảm thấy thoải mái, cũng có thể chàng có mặc cảm với bọn nhà giàu chăng? Chàng cũng không tìm hiểu sâu xa mà làm gì nữa...

Long nghe tiếng mở cửa trên lầu rồi tiếng Hương vọng xuống: "Anh ơi! Em quên nói anh là vợ chồng anh chị Trường sẽ đến đón bọn mình đi cùng xe cho vui, đỡ tốn xăng nhe. Họ hẹn 6 giờ, chắc cũng sắp rồi đó. " Với vẻ khó chịu, Long trách vợ: "Em hay bầy vẽ, đi cùng thì lại phải chờ nhau về. Mình muốn về sớm không được với họ. " Hương đã xuống dưới nhà, nhìn chồng: "Anh nói sao, có lúc nào mình về sớm đâu. Mình còn phải ở lại phụ anh chị Đạt don đẹp như mỗi lần chứ. Họ đứng ra tổ chức cho mình hoài mà không phụ một tay sao được anh. " Long nhìn thấy đôi mắt vợ trợn lên dữ tợn, khác hẳn ngày nào khi hai đứa mới gặp nhau. Chàng thấy thời gian hình như đã lặng lẽ làm thay đổi vợ và không muốn cãi lại. Vừa lúc Hương để cái áo đầm trên thành ghế thì chiếc xe màu đen của Trường chạy đến đậu trước nhà. Có tiếng gõ và Trường tự mở cửa thò đầu vào nói lớn: "Hello, có ai ở nhà không?" Hương bước ra, vui vẻ đón bạn. Thấy Trường, Long hơi khó chịu: vợ mình lại thích được Trường dạy nhảy và dìu ra sân trình diễn trước đám đông.

Khác với Trường, Long con nhà nghèo ở Sài - Gòn, học hành cũng chỉ tàm tạm, đậu xong Tú Tài lên Đại Học vài năm, không xong gì thì phải động viên. May mắn sau khi thụ huấn ở Thủ Đức, nhờ đủ chiều cao và cân nặng, chàng được chuyển qua Không Quân, đi Hoa - Kỳ học hoa tiêu trực thăng, về phục vụ ở Sư Đoàn 3 Không Quân Biên Hòa. Thế rồi vào một dịp lễ Quốc Khánh, Hương theo đoàn học sinh trong trường đi ủy lạo chiến sĩ ở bộ Tư Lệnh Sư Đoàn, thế là hai người gặp nhau. Hương thấy Long oai hùng trong bộ đồ bay, nói năng lịch thiệp; chàng có khuôn mặt đầy đặn, mái tóc đen cắt ngắn mà vẫn có vẻ bồng bềnh nghệ sĩ. Tự nhiên Hương thấy xứng đôi với Long, nàng biết Long có vẻ e dè nên chủ động mở đường bằng cách chính nàng cho địa chỉ và nhờ Long đến nhà kèm toán. So sánh với Long thì Trường hơn hẳn: Là con một chủ tiệm vàng ở gần chợ Bến Thành, Trường đi du học trước 75, có bằng cao học về điện toán, bây giờ lại làm chức vụ cao cho một hãng điện tử lớn ở vùng này. Tuy không cao lớn nhưng khỏe mạnh và có vẻ trí thức, ăn nói líu lo họat bát: Cái gì Trường cũng tỏ ra rành cả, từ chuyện trong nhà cho đến chính trị, xã hội và ngoài đường. Trong những buổi tiệc tùng, các bà hay bu quanh Trường để nghe chàng kể chuyện. Trường là điển hình một mẫu người may mắn: Cả đời lúc nào cũng sung sướng, thỏai mái hơn người khác. Chẳng hiểu cái thuyết "tài mệnh tương đố" của cụ Nguyễn Du sao lại không áp dụng đúng cho trường hợp này? Hương là người mới quen biết đây nhưng vì ham mê nhảy đầm, có lần nàng tự mình đề nghị đến nhà Trường để được luyện nhảy; nhưng Mai vợ Trường vội gạt ngay. Mai không muốn chồng mình thân thiện quá với một người đàn bà có vẻ khá táo bạo như Hương.

Cả bọn lên xe: Long ngồi trước với Trường, còn Hương ngồi sau với Mai. Vừa vào xe, một mùi nước hoa của hai người đàn bà tỏa khắp không gian nhỏ hẹp của chiếc xe làm Long choáng váng muốn ngạt thở. Nhưng khi xe chạy được một quãng thì hình như mùi thơm lõang dịu dần đi , không ai còn để ý đến nữa.

Quãng đường đi từ bên Virginia sang tiểu bang Maryland, chỗ Đạt ở, cũng mất ít ra 45 phút. Trên xe, Long và Trường tán chuyện các trận đấu banh vừa qua, một món sở trường mà Long cũng bắt đầu nghiện cá độ trên mạng, một thú vui chàng cho là có thể kiếm ra tiền dễ dàng. Nhưng độ này hình như chàng thua nhiều hơn là thắng. Có điều Hương không hề biết gì về thú cờ bạc này của chồng. Đằng sau xe, Mai kể cho Hương nghe chuyện đi Việt - Nam ăn tết vừa qua của Đạt và Thu. Cặp vợ chồng này cùng con cái hàng năm vẫn về thăm gia đình; và lúc trở lại cũng là dịp đầu năm, hai người tổ chức dạ vũ cho bạn bè. Nhóm bạn của Đạt đều là những gia đình khá giả, không là bác - sĩ thì cũng kỹ sư hoặc dân có tiền có máu mặt vùng D. C. Là những cặp vợ chồng đứng tuổi, con cái đã lớn ra khỏi nhà, họ dư giả nên tổ chức họp mặt ăn chơi và nhảy nhót cuối tuần nhân sinh nhật hay bất cứ dịp gì. Nhiều khi họ lấy cớ để gặp nhau, còn lý do không quan trọng. Trong nhóm này, họ thay phiên nhau tổ chức, hết người này đến người khác, xoay tour. Nhưng tất nhiên chỉ trong số những người có nhà cao cửa rộng, chứ nhà của Long thì quá nhỏ. Hình như họ tìm ra thú vui ở chỗ được hát, được người khác thấy mình diện kẻng và khen lao lẫn nhau, hay khoe của khoe con một cách khéo léo: Làm như là người khác quyết định niềm vui cho mình hơn cả chính mình nữa! Dù không thích hợp với môi trường này, Long cũng vẫn chiều vợ đi tham dự. Trong thâm tâm, chàng không những mang mặc cảm tự ty mà đôi khi cũng lẫn lộn cả tự tôn nữa. Tự ti vì thấy thua sút người khác; trái lại chàng cho rằng mặc dù thua kém cái bề ngoài mà chàng cho là phù phiếm, Long còn thấy rằng mình từng trải hơn đám nhà giàu, và thông cảm hơn với người kém may mắn nghèo hơn mình. Thực ra chàng cũng không biết mình có thể hơn người khác một điều gì rõ rệt cả. Bài học mà chàng học ở đời là gì? Biết mình hơn hay biết người khác hơn? Nhiều khi chàng tự an ủi là tất cả đều là do số mệnh cả, không ai thoát được định mệnh đã an bài. Chàng nhớ đến câu Kiều: "Ngẫm hay muôn sự tại trời, trời kia đã bắt làm người có thân, bắt phong trần phải phong trần, cho thanh cao mới được phần thanh cao... "

Tuy nhiên, trong lòng, Long vẫn còn những ham muốn tầm thường và đơn giản như bao người khác: nhà cao cửa rộng, có nhiều tiền hơn... Ai mà không muốn được như vậy? Dù muốn trở nên giàu nhưng Long cũng không biết làm cách nào, ngoài việc đi làm ngày hai buổi để kiếm sống. Có lẽ khả năng của chàng chỉ có thế, hay là quả thật chàng không có tài. Thôi thì cuối cùng Long đành an phận vậy. Chàng chợt nhớ đến thằng cu Ty, đứa con trai duy nhất, chết đã lâu. Cứ mỗi lần nhớ đến nó, Long lại muốn nghĩ đến chuyện khác để quên đi nỗi đau xé thịt làm chàng vô cùng khó chịu: một nỗi buồn nhè nhẹ nhưng mạnh mẽ từ từ xâm chiếm làm quặn thắt lòng chàng, làm chàng nghẹt thở như ai đang bóp cổ mình... Đứa con trai bị chết đuối ở Biên - Hòa trong khi Long đang ở tù. Có khi cũng tại Hương bỏ đi Sài - Gòn buôn bán thuốc tây rồi để con lại cho bà ngoại nuôi nên mới xảy ra tai nạn. Chàng nghĩ vậy nhưng chưa bao giờ than trách Hương. Long đã chấp nhận việc xui xẻo cho mình; và bây giờ thì... dù sao cuối đời rồi cũng chỉ còn có hai vợ chồng già...

Xe chạy đã đến đầu ngõ nhà Đạt. Đây là khu khá giả, toàn nhà hai ba tầng, có vườn khá rộng, ngăn nắp sạch sẽ, cỏ cắt gọn gàng, không như khu nhà của Long. Nếu ai có lái xe qua nhà Long thì cũng có thể đoán ngay nhà nào là của người Việt mình: đó là những nhà mà đằng trước có ít ra ba bốn chiếc xe Nhật, loại Honđa hay Toyota, cũ kĩ, có vườn trồng rau thơm, trước cổng nhà treo hình bát quái hay chuông kêu leng keng... Trường ngừng xe trước nhà Đạt cho hai bà xuống rồi kiếm chỗ đậu. Trời bắt đầu tối, đèn đường đã bật sáng. Đậu xe xong hai người đi bộ đến cửa nhà Đạt, Long bấm chuông nhưng không thấy ai ra mở cửa. Đoán là bên trong quá ồn, chàng gõ mạnh thì có người đàn ông ăn mặc sang trọng tươi cười mở cho hai người đi vào: Trong nhà chật ních người như vừa lạc vào chợ. Bước vô trong, Long thấy có ít ra vài chục người đang vừa ngồi vừa đứng ở phòng khách nói chuyện. Thấy có người mới đến, họ nhìn theo và trong số có người quen Trường, họ đứng dậy bắt tay và giữ Trường lại nói chuyện. Long đi tiếp vào phòng gia đình mà hôm nay dùng để nhảy đầm thì nhiều người đang dọn dẹp bàn ghế. Ở trong bếp, chàng không thấy vợ mình đâu. Có lẽ Hương đã lên lầu cất chiếc áo đầm ở phòng ngủ của Thu để chốc nữa lên đó thay và sửa soạn. Ở đám đông trong các buổi tiệc tùng lễ lạc, thế nào người ta cũng thấy có một số bà tụ ở bếp lo đồ ăn, họ là những người quen việc bếp núc, thích được đóng góp và phục vụ cho buổi tiệc. Đối với các bà này, món ăn họ mang theo là ngon nhất, ai cũng sẽ khen; và như thế sẽ làm vui lòng và hãnh diện cho họ, cũng như cả cho chồng họ nữa vì được tiếng là có vợ ngoan và giỏi giang không ai bằng. Ngoài ra cũng có một số khách thường e dè, đứng sớ rớ một một góc phòng, như đến chỉ để quan sát chứ không phải tham dự vào tiệc. Họ có thể là những khách mới quen, hoặc vì ít biết nhiều người trong buổi tiệc. Long cũng thuộc vào lớp này, chàng thường cảm thấy lẻ loi giữa đám đông. Trơ trên không biết làm gì, chàng bèn kiếm cửa mở bước ra ngoài. Sân có bục gỗ rộng rãi, một bên là dàn cây leo, giữa có để ba cái bàn, tại đó đã có cả chục người ngồi, đa số các ông ra đây hút thuốc lá, họ vừa hút vừa cầm chai bia uống lai rai trong khi chờ đợi đồ ăn dọn ra. Thấy Long, Sơn đứng dậy kéo chàng đến ngồi cùng bàn. Sơn là người anh họ của Đạt mà Long vẫn gặp vào dịp thế này. Hai người trao đổi vài câu xã giao thông thường rồi tự nhiên Long bí, không biết tiếp nối chuyện gì nữa. Long rất ghét gặp người lạ như vậy vì phải moi óc tìm ra chuyện để nói, không biết họ thích gì, và nói sao mà không đụng chạm đến ai, không làm mất lòng người đối diện. May mắn vừa lúc đó, Đạt thò đầu ra nói lớn cho biết đồ ăn đã dọn xong, mời mọi người vào ăn để còn thì giờ ca hát và nhảy đầm.

Từng người đứng dậy vô. Long vẫn ngồi yên, không cần ăn sớm vì dù sao không nhảy đầm, chàng có cả buổi tối để giết thì giờ. Tiếng Đạt trong loa âm thanh vang lên, nói mấy lời cảm ơn và mời mọi người ăn uống vui vẻ. Rồi đến tiếng Thu giới thiệu các món ăn và các chị bạn nấu, sau đó là mấy tiếng vỗ tay rời rạc... Là chủ nhà, Đạt lúc nào cũng lăng xăng, lúc lo dàn âm thanh, lúc loay hoay tham khảo với mấy nhạc sĩ về các bản nhạc do bạn bè yêu cầu lên hát. Đạt đứng tuổi, khoảng trên dưới năm mươi, trước kia là bác sĩ quân y, qua đây làm nghề đỡ đẻ từ lâu nên rất giàu, có lẽ có nhiều tiền hơn là mình cần, cho nên hai vợ chồng không nề hà bỏ tiền ra tổ chức cho bạn bè vui chơi. Thu thì thích hát, cũng có giọng cao và trong. Hai vợ chồng vui vẻ giao thiệp rộng rãi, họ quen biết nhiều nghệ sĩ, ca sĩ tên tuổi và nhiều khi mời đến hát giúp vui, nhưng đêm nay thì không có ai. Hai vợ chồng đều thành thạo trong việc tổ chức tiệc tùng và ăn nói trước đám đông. Trong các dạ tiệc của người Việt, buổi nào cũng hao hao giống nhau, nhưng lạ thay là họ luôn hăng hái và đám đông cũng vẫn háo hức, náo nhiệt. Đây là sinh hoạt kiểu giới thượng lưu của dân ty nạn mà nay, họ đâu còn là ty nạn nữa, họ đã trở thành công dân quan trọng của địa phương, họ đóng góp nhiều vào các tổ chức từ thiện và sinh hoạt cộng đồng. Sau bao năm làm việc cực nhọc, bây giờ là lúc họ muốn hưởng thành quả lao động của mình. Nhưng Long và Hương qua Mỹ sau, chỉ mới đi làm kiếm tiền kha khá và mua được một căn nhà riêng nho nhỏ. Tuy vậy Hương vốn ham mê lối sống và sinh hoạt của giới này, trong khi Long thì không cảm thấy hăng hái cho lắm. Long hiểu rằng nghèo không phải là cái tội và cũng như vậy, giàu cũng chẳng nên đáng ghét. Tất nhiên có người giàu rất tốt và nghèo rất xấu, nhưng làm bạn với bọn thượng lưu thì rõ rệt không phải vốn là giới của gia đình mình từ hồi nào đến giờ, khiến Long cảm thấy gượng gạo khó khăn, không hợp chút nào. Nhiều lần Long có kéo bạn bè lính cũ về nhà say sưa ăn nhậu, nói chuyện đến khuya thì Hương không bằng lòng; nàng nêu lý do ồn ào khiến nàng không ngủ được, hơn nữa làm bừa bãi, dơ bẩn nhà nên đề nghị Long có muốn nhậu thì đến nhà bạn. Từ đó cuối tuần, Long hay đi la cà uống cà - phê ở Eden hoặc tối thì đến nhà bạn dùng cơm. Rảnh rỗi, Long cũng tập tành theo mấy đứa bạn trong sở đánh cá độ các trận đấu football. Lúc đầu chàng thường thắng lớn, nhưng rồi có khi thua đậm. Nay thì cá độ trở thành một thú vui chàng đã ghiền vì không tuần nào chàng không phải bỏ thì giờ và tiền bạc cho nó. Do kinh nghiệm sống, Long thấy mình cần có bạn bè thân thiết, bởi vì cũng lắm khi cần đến họ, nhất là để cuộc sống tha hương bớt cô đơn tẻ nhạt. Đối với Long, làm bạn với một người là có thể chia sẻ vui buồn và giúp đỡ nhau bất cứ lúc nào, như là hồi trong quân ngũ hay lúc ở tù, cứu nhau lúc nguy kịch, nhường nhau từng củ khoai lát sắn. Như đối với Đạt, một bác - sĩ bận rộn làm tiền, Long không thể nào nhờ vả gì đến được: khi xe bị hư trên xa - lộ, chàng kêu đến Hải, một bạn tù đã từng chia sẻ biết bao gian khổ và nay cứ cần là Hải có mặt ngay, tuy Hải chỉ là một thợ tiện nghèo hèn. Lúc đầu, Hương cũng than phiền Long hay bỏ nhà đi chơi khuya, nhưng rồi nàng nghĩ lại, nếu để chồng mình kéo bạn bè về nhà thì còn mệt hơn nữa nên lại thôi, để cho chồng đi nhậu nhẹt. Tuy nhiên nàng muốn Long đi theo mình cho có đôi ở những dạ tiệc như đêm nay. Thế là hình như giữa hai người có một thỏa hiệp ngầm với nhau. Long dù có đi theo vợ nhưng cũng không khi nào vui được mà còn thấy vợ mình thay đổi; và điều này làm chàng lo ngại, nhất là nàng hay ca tụng vợ chồng Trường, hình như nàng nói về Trường nhiều hơn là về Mai.

Mọi người đã vào trong hết, Long chậm rãi mở cửa bước vô thấy chật ních người: một số đang xếp hàng lấy đồ ăn ở gần bếp, một số khác đi qua đi lại, họ phải lách qua nhau. Ở một góc dùng làm sân khấu có để dàn nhạc cụ, Đạt và Trường đang loay hoay lo cho chương trình nhạc. Long đến gần cố hỏi xem Đạt có cần mình làm gì không. Đạt lắc đầu và mời chàng cứ tự nhiên lấy đồ ăn: "Xong xuôi cả rồi... Ông bà đến là chúng tôi vui rồi. "

Còn đông người chỗ bàn ăn, Long định ra lại ngoài vườn chờ thì vừa lúc Mai đang mang một đĩa đồ ăn đi ngang qua. Thấy Long, nàng mỉm cười nói: "Ồ anh Long. Em thấy có món gỏi của chị Tuấn làm ngon, anh chờ đây để em đưa cái này cho anh Trường rồi đi lấy cho anh nhé. " Long hơi ngượng:" Thôi để nhà tôi lấy cũng được mà. " Nhưng vừa nói xong thì chàng thấy Hương đang ngồi với mấy người đàn ông trong ban nhạc, họ đang ăn và cười nói vui vẻ.

Một nỗi buồn nhè nhẹ xâm chiếm, Long thấy vợ mình có lẽ không hài lòng lắm về chồng và cuộc sống mình đang có. Nhớ lại lúc mới quen nhau, Hương thường ca tụng mình là "người hùng hoa tiêu của lòng nàng," và hứa là sẽ suốt đời "nâng khăn sửa túi" cho chồng. Nay thì đã đổi thay: thời gian và những khúc rẽ của cuộc đời, những thăng trầm, lúc lên voi lúc xuống chó lúc ngắn ngủi hạnh phúc với nhau, nhưng quá nhiều thời gian dài đau khổ đã ngậm nhấm lòng người...

Long quyết định ra sân ngồi chờ cho bớt người ở bếp. Khi bước ra thì không còn ai ngoài đó cả, một cơn gió lốc tạt qua mặt, hơi lạnh của sương đêm thấm vào người, chàng kéo áo cho kín gió rồi tìm chỗ khuất ngồi. Trên bàn và cả dưới đất, vỏ chai bia nằm ngổn ngang, tiếng động láo nháo của đám đông bên trong nhà dội cả ra ngoài. Rồi cửa mở ra, một người đàn ông mà Long nhận ngay là Tuấn, cũng là một khách quen của các đám tiệc. Tuấn tươi cười, tay cầm một đĩa đồ ăn nói: "Ê Long, mình ngồi đây cho vui. Cậu có hút thuốc không? Từ ngày qua Mỹ tớ xuống cấp dưới con chó một bậc, nó còn được ăn ngủ trong nhà, con mình thì ngủ phòng riêng vì ngáy quá, hút thuốc thì phải ra sân, dù nóng hay lạnh, mặc kệ. Khổ vậy chứ!" Nói xong Tuấn cười ha hả, không lộ một chút khó chịu mà ngược lại có vẻ thích thú. Long chợt nghĩ tình cảnh ấy cũng giống mình: Gần đây Hương đề nghị ngủ riêng vì chàng ngáy to làm vợ không ngủ được. Tuấn mở bao thuốc mời nhưng Long từ chối vì đã bỏ thuốc từ khi đi làm. Tuấn là người Miền Trung, có giọng nói nghe hơi nặng của vùng Quảng, tuổi chắc cũng khoảng trên dưới sáu mươi với mái tóc đã bạc. Mới gặp Tuấn ai cũng dễ có cảm tình vì tính cách cởi mở và thân thiện. Tuấn trước đây làm luật sư và từ ngày qua Mỹ có văn phòng làm thuế lẫn kế toán cho người Việt ở vùng này. So với Long, khách hay bạn của Đạt đều học cao và giàu. Chắc có lẽ vì thế mà chàng có mặc cảm trong buổi tiệc. Tuấn thấy Long chưa có đồ ăn nên chỉ vào đĩa của mình rồi quảng cáo món gỏi tôm sứa rất ngon do chính bà vợ mình làm. Tuấn đề nghị Long lấy thật nhiều để hai vợ chồng anh không phải mang đồ thừa về nhà ăn cả week - end mới hết. Nói xong Tuấn lại cười ha hả một cách trong sáng. Đúng lúc đó thì Mai thò đầu ra cửa, nàng đưa đĩa đồ ăn và ly nước đến rồi nói với Long: "Em lấy cho anh mỗi thứ một ít, anh ăn thử. Món nào ăn ngon, em lấy thêm nhé. " Long ấp úng cảm ơn, và khi ăn quả nhiên thấy món gỏi ngon thật: Vừa nhiều tôm to chín tới, thêm sợi đu đủ cắt vừa nhuyễn nhưng dòn, nước mắm pha đậm đà không mặn, không ngọt quá. Vừa ăn vừa nghe Tuấn thao thao kể về các cách lừa đảo du khách ở Việt - Nam, Long rùng mình và ngờ ngợ, không biết mấy chuyện đó thật hay bịa...

Sau đó, đa số đàn ông hút thuốc lại kéo nhau ra ngoài sân, họ vừa ăn xong và trên tay chỉ cầm ly rượu hoặc chai bia. Rồi có tiếng điều chỉnh âm thanh ré, tiếng nhạc nổi lên rộn rịp theo điệu paso doble để khai mạc buổi nhảy mà bao khách đang chờ đón. Người chờ được nhảy, còn kẻ khác chờ được lên sân khấu hát. Quả nghề chơi nào cũng lắm công phu và tốn cả tiền. Đêm nay Đạt đã không những thuê bao ban nhạc và dàn âm thanh mà còn lo đặt thêm một số thức ăn và phục vụ cả rượu bia nữa. Tất cả chỉ để cho Thu được hát bài đầu tiên và nhiều nhất, biểu diễn vài bộ áo dạ tiệc mới mua, loại đắt tiền. Đạt thì cũng ké hát vô vài ba bản là ít. Đạt biết giọng mình không đặc sắc, không lên cao nổi nên thường chọn các bài nhạc Pháp hay ngoại quốc cho dễ hát và lạ. Ngồi bên ngoài nhưng Long cũng đoán được những gì diễn tiến ở trong, qua tiếng nhạc lời ca dội ra: chàng đã dự nhiều buổi dạ tiệc nhảy đầm như đêm nay, tất cả cũng hao hao giống nhau, cũng từng đó bài bản...

Ăn xong, Long bước vô nhà tìm Hương. Dưới ánh đèn mờ ảo và quay cuồng, đã có nhiều cặp dìu nhau nhảy làm không khí sôi nổi hào hứng. Mọi người tập trung vào phòng khách nên đi lại khó khăn dù bàn ghế đã xếp lại dành chỗ cho sàn nhảy. Đây là lúc ai cũng náo nức tưng bừng chờ đón xem ai hát hay, ai nhảy đẹp. Buổi tiệc thành công hay không là ở chỗ này... Bỗng Long nhìn thấy Hương đang từ trên gác đi xuống, nàng đã thay bộ áo đầm mới màu trắng, hơi ngắn để lộ đôi chân ngà và nhỏ. Chiếc áo xòe ra như là của nàng công chúa Lọ Lem trong phim của trẻ em. Long thấy khó chịu vì nó không còn hợp chút nào với tuổi vợ mình, một người đàn bà đã trên bốn mươi. Thấy Long, nàng tươi cười và đưa tay cho Long nắm. Hương ghé tai chồng: "Anh nhảy với em một bản nhe? Điệu slow mà anh?" Long gật đầu rồi kéo Hương ra sàn ôm chặt vợ vào lòng, hai người đưa nhau theo điệu nhạc chậm lả lướt. Trong khoảnh khắc, Long thấy lòng mình êm ái

như lạc vào một thế giới khác, chàng quên tất cả hiện tại...
Nhưng chỉ là một thoáng qua rất nhanh, như ngọn lửa của
que diêm lóe lên rồi vụt tắt, chàng lại quay về hiện tại, đến
cuộc sống của hai vợ chồng, đến những chia cách nho nhỏ
giữa hai người, đến hoàn cảnh mới ở Mỹ... Chàng băn khoăn
không hiểu vì sao trước kia khi còn nghèo đói khó khăn ở bên
nhà, vợ chồng ít khi cãi nhau; nhưng mà từ khi qua đây, nhất
là khi đã có tiền, có công ăn việc làm, lại phải đương đầu với
những vấn đề bình thường hàng ngày thì lại nảy sinh ra
những rạn nứt nho nhỏ khó hàn gắn. Hay là cái khó khăn nhất
là do chính mình sinh ra? Cứ mỗi lần đi dạ vũ, Long chỉ nhảy
với vợ một bản slow thôi; lý do giản dị là vì chàng không
thích cái trò khiêu vũ này. Đối với Long đó là sinh họat của
người tây phương, không hợp với dân mình. Hình như
Trường và Mai thì cũng vậy, họ chỉ nhảy với nhau một bản
thôi: Thực tình Mai không thích mà Trường thì lại mê như
Hương vậy. Nên sau đó Long đã thấy Hương và Trường
thường nhẩy tango với nhau: Nhờ đã có tập với nhau nên họ
nhảy nhuyễn và đôi khi còn dơ tay và quay tít, nhún nhẩy.
Long thấy có vẻ khôi hài hơn là đẹp nhưng đám đông lại tỏ ra
rất ưa thích, và họ vỗ tay vang cả phòng... Long đột nhiên để ý
mấy cặp khác, thấy điệu bộ của họ có vẻ cứng đơ, hình như cơ
thể người mình gầy gò và thấp nên tay chân lỏng cỏng không
nhịp nhàng, tự nhiên như người tây phương. Người ta chỉ có
thể nhẩy đẹp khi đã để tâm hồn vào điệu nhạc và quên hết
bên ngoài, như hai đứa trẻ hoặc... hai người điên. Đúng vậy.
Người mình hay rụt rè, sợ người khác dòm ngó lúc mình
nhảy, không có được cái tự nhiên như người Tây Phương;
hơn nữa, cơ thể họ vốn cao to, thân hình của phụ nữ ngoại
quốc thường tròn trịa, khi nhảy họ trở nên uyển chuyển và
vững chắc. Long chợt có ý so sánh người đang nhảy như mấy
con khỉ già gầy lỏng cọng tay chân... Dù sao thì hiện tại đám
đông vẫn đang múa may quay cuồng một cách vui vẻ, họ đâu
cần đến ý kiến của những người như Long. Họ cảm thấy sung

sướng cái thú vui giản dị và bình thường này... Đêm đó Hương ra sàn liên tục với Trường. Có lúc cơ thể Trường ướt đẫm mồ hôi, chàng cởi luôn cái áo ngoài cho mát. Còn Thu thì đã hát thêm vài bản nhạc: giọng nàng tuy yếu nhưng thánh thót, và nhờ có hồn nên nghe truyền cảm, không thua gì ca sĩ chuyên nghiệp.

Long bước xuống phòng tắm dưới hầm rửa tay, rồi đi qua chỗ tập thể dục ngồi ở salon vặn truyền hình ra xem. Tiếng nhạc vẫn còn xình xình dội xuống nhưng rõ rệt nghe thấy dễ chịu hơn là ở ngay tại phòng khách. Bấm để kiếm nhưng không thấy đài nào coi được, Long bèn ngả người lim dim tìm giấc ngủ, trong đầu chàng nghĩ miên man đến cuộc sống đang thay đổi, đến quá khứ của hai vợ chồng chàng khi còn ở Biên - Hòa...

Lúc mới quen Hương, Long không hiểu rõ lòng mình. Tình cảm của chàng là một đòi hỏi cần thỏa mãn hơn là hiểu và làm gì khiến cho người yêu mình cũng thỏa mãn. Vào hoàn cảnh lúc đó, trong tình trạng chiến tranh gay gắt, bạn bè có đứa đã gẫy cánh ra đi, Long thấy cần có một người bạn gái để an ủi mình và tìm lãng quên cho đời lính. Thế mà rồi cuộc đời đưa đẩy đến chỗ hai đứa lấy nhau, sau một thời gian quá ngắn chưa kịp hiểu sâu về nhau. Cũng có thể tại vì năm đó Hương thi rớt Tú Tài phần hai và bỏ mộng đi Sài - Gòn học Luật. Nàng thấy cũng đã đến tuổi lấy chồng và nhìn đi nhìn lại thì Long là kẻ sáng giá nhất: chàng cao to, đẹp trai và lại vui vẻ. Nàng cũng ngây thơ tin vào đồng lương trung úy của Long sẽ đủ sống, nhưng rồi thực tế thì cả hai phải về nhà mẹ Hương ở cho đỡ tốn kém. Sau khi sanh đứa con trai một năm thì tai họa đến ngày 29 tháng 4 năm 75. Hôm đó, Long về nhà để đưa Hương và con vô Phi Đoàn kiếm cách di tản thì bà mẹ và em trai không có nhà, thế là nàng không chịu đi nữa vì muốn chờ tất cả đi cùng. Nhưng hôm sau có lệnh đầu hàng, mọi chuyện như đã an bài.

Kẹt lại, Long đưa vợ con trở về nhà mình ở Gia - Định. Chàng đi trình diện theo địa chỉ đó, tin rằng ở gần Sài - Gòn thì cũng dễ dàng hơn vì còn có quốc tế dòm ngó đến... Sau hai năm trong trại tập trung, chàng không thể nào quên cái đêm hôm đó, khi đang bị giam ở Long - Giao, gần Tết và đang có đợt thăm nuôi. Cả trại đều vui mừng và ai cũng thấp thỏm chờ đợi thân nhân. Nhiều anh gặp được thân nhân đã mang vào cả chục ký đồ ăn quà cáp. Không khí trại thật tưng bừng, đêm xuống, giờ điểm danh, sau những căn nhà nhỏ trước kia là trại gia binh, anh em tù tụm năm tụm ba bên đống lửa, kẻ nấu chè, kẻ uống cà phê, hút thuốc lá. Nhưng trong Đội có vài anh được thăm nhưng không gặp vợ mà chỉ là mẹ hoặc em báo tin là người vợ đã bỏ đi lấy chồng. Khi trở vô phòng, họ vẫn giữ vẻ bình thường; nhưng đến đêm, dù còn sớm, họ cuộn mình trên bục nằm, im lìm cô đơn, không muốn ai đến nói chuyện. Long thấy vậy mà mừng thầm cho mình là Hương vẫn còn chờ đợi mình. Chàng cũng không biết mình sẽ phải phản ứng ra sao nếu ở trong hoàn cảnh đó. Hôm đó người bạn tù của chàng ở Tổ bên cạnh được thăm nuôi trước, hai nhà ở gần nhau và vợ anh ta cũng thường qua lại nhà Long. Đêm đến anh ta qua rủ Long ghé chơi ăn cái bánh, uống tí trà mới nhận được; nhưng vừa ngồi xuống ghế, bên đống lửa, anh ta nói với giọng căng thẳng mà chậm rãi kể cho Long biết là đứa con trai của chàng đã bị chết đuối ở Biên - Hòa hai tháng trước. Có lẽ Hương muốn giấu chồng, khi đó nàng đang ở Sài - Gòn lo mua bán thuốc tây kiếm sống. Đứa con trai ở với bà ngoại... Người Long tê dại, đầu óc chàng trống rỗng, một nỗi buồn từ từ xâm chiếm lấy cả tâm hồn. Tự nhiên chàng không muốn nghĩ gì nữa, đứng dậy lảo đảo đi về phòng rồi nằm vật xuống tấm phản gỗ. Long thấy đau thắt ở bụng và khó thở, miệng lưỡi đắng và khô, ôm mặt khóc tức tưởi như một đứa trẻ bị bỏ rơi. Hình ảnh thằng bé cứ hiện về ám ảnh, dáng điệu và nụ cười của nó ngây thơ và trong trắng... , chàng tự hỏi có thật như vậy không? Chàng không thể chấp nhận là nó đã chết... nhưng làm sao đây? Nó đã chết thật rồi, không bao giờ chàng còn thấy lại con nữa, không bao giờ! Cu Ty ơi, sao lại đến nỗi này! Ôi, sao cuộc đời chàng lại như ngày hôm nay! Không biết Hương có đau khổ nhiều không? Long biết Hương đã phải chịu đựng khi chứng kiến nhìn thấy cái xác của đứa con mà không có chồng ở bên cạnh... Có lẽ trong tất cả nỗi đau, mất con là khủng khiếp nhất. Nỗi đau đoạn trường. Không biết Hương có ân hận là đã bỏ đi Sài - Gòn kiếm ăn nên để xảy ra tai nạn hay không... Long và vợ chưa hề nói gì về chuyện buồn đó. Nhắc lại tất nhiên chỉ làm khổ thêm cho cả hai. Hôm đến phiên Long được thăm nuôi. Gặp lại Hương, chàng thấy vợ mình gầy hẳn và nét buồn phảng phất trên gương mặt. Chàng nói ngay với vợ là đã biết chuyện về đứa con, không để Hương phải kể lại và hai đứa cố giữ không để khóc trước mặt tên cán bộ trại đang ngồi trước mặt. Về đến phòng, Long cảm nhận là Hương phải chịu nhiều cảnh khổ hơn mình ở ngoài cái xã hội đang đảo điên phi nhân đó.

Nhưng chỉ một năm sau, Long may mắn được tha về sớm hơn các bạn cùng khóa. Chàng cũng không hiểu tại sao. Về đến Sài - Gòn thì không những thành phố đã thay đổi mà cả Hương nữa: Từ một nữ sinh ngây thơ hiền lành, nay biến thành một người đàn bà lanh lợi, buôn bán sành sỏi, giao thiệp lèo lái người khác, nhất là đàn ông. Biết không thể nào sống nổi ở Việt - Nam, hai người lo ngay chuyện vượt biên, và Long ngạc nhiên nữa là Hương đã kiếm được đủ tiền để đóng cho chuyến đi. Họ thoát dễ dàng, kỳ này họ mang theo cả mẹ Hương và đứa em trai đang đến tuổi bắt lính.

Tới định cư ở Virginia, họ kiếm một căn hộ rẻ tiền phía sau đường số 7 ở Falls Church, cũng gần khu chợ Việt - Nam. Sau một thời gian ngắn học Anh ngữ ở trường Strayer trong DC, Long nhảy qua học khóa ngắn hạn về phần mềm điện toán. Ra trường, đúng lúc đang thịnh hành, chàng có việc tốt cho một hàng điện thoại lớn. Hương học chậm hơn nhưng rồi sau một năm cũng xoay qua học nghề cắt tóc và đi làm cho một tiệm quen. Nhưng nghề này không kiếm ra tiền và bấp bênh nên sau một thời gian ngắn, cũng do Long khuyến khích, nàng ghi danh đi học ở trường Đại - Học Cộng Đồng ngay gần nhà. Nhờ Long kèm thêm, Hương cũng lấy được cái bằng hai năm về Cơ - Khí, mặc dầu không có năng khiếu gì. Nhiều khi đến trường, nàng làm quen với các sinh viên trẻ và nhờ vả bài vở của họ để học cho qua, đủ lên lớp, mặc dầu không hiểu gì mấy. Lúc đó nàng đã trở thành một người đàn bà lão luyện, xoay sở giỏi, không còn ngây ngô như thời ở Biên - Hòa nữa.

Ở khu nhà rẻ tiền này cũng có nhiều gia đình Việt - Nam mới qua. Họ tích cực giúp đỡ chỉ bảo nhau những ngày đầu trên quê hương mới. Trong số này, cũng có mấy bạn Long, đồng đội trước có, cùng đi tù có, và bây giờ trở nên thân thiết. Long thấy thoải mái giao du với họ: cuối tuần thường tụ họp ăn nhậu và nói chuyện đến khuya. Nhưng Hương không thích mấy bà vợ của bạn Long, nàng chê họ nhà quê và nghèo nàn. Hương cho rằng mình đã khá hơn trước thì phải chơi với giới giàu hơn, thượng lưu hơn.

Sau ba năm, Hương cũng lấy được cái bằng hai năm. May mắn, đúng lúc vào thời kỳ chính phủ Liên Bang bành trướng về quốc phòng, nàng xin được việc tại căn cứ nhà binh ở phía Nam thành phố. Thế là họ mua một căn nhà nhỏ, có tí vườn để vui thú điền viên; nhưng đó là chương trình của Long chứ Hương thì bắt đầu quen biết những giới máu mặt, lo đi chơi, mua đồ hơn là ở nhà chăm lo mảnh vườn. Việc nhà dần dần đều do Long quán xuyến: Từ cắt cỏ cho đến sửa nhà, và gần đây thì cả cơm nước nữa. Cuộc sống của đôi vợ chồng đứng tuổi có vẻ đang lên hương, Hương vui vẻ và thích diện đẹp đi dự các buổi dạ tiệc có khiêu vũ. Đối với nàng, phải biết hưởng thụ để bù cho những ngày gian khổ trước đây, từ lúc còn nhỏ phải sống chui rúc ở khu nhà lao động, ăn không đủ no, mặc quần áo cũ kỹ may ra được thay đổi mỗi năm vào dịp Tết nhất là cùng. Đứa em trai cũng có việc, dọn ra ở riêng cũng gần đấy. Chỉ có Long là lo âu và không mấy thích thú...

Tiếng chân người lục đục xuống thang đánh thức Long dậy. Không còn nghe tiếng nhạc ồn nữa, chàng đoán chắc là đã vãn tuồng. Họ đang đi tìm phòng tắm trước khi ra về, phòng trên gác chắc quá đông người chờ. Long ngồi yên một lát rồi đi lên, một là tìm Hương, hai là phụ Đạt một tay. Lên tới phòng khách, Long thấy vợ mình đang còn hăng say nói chuyện với Trường, chắc lại bàn về các lần nhảy với nhau. Nàng tươi tỉnh, mặc dầu đã gần hai giờ sáng. Long lo xếp lại bàn ghế rồi dọn rác, cuối cùng phụ mang các nhạc cụ ra xe cho họ. Đêm đó vợ chồng Long về tới nhà thì đã ba giờ sáng.

Ngày vui qua mau, sau party cuối tuần đến ngày thứ hai là mọi người đều phải trở lại đi làm, theo chu kỳ bình thường của cuộc sống: sáng sớm lái xe tới sở, chiều tối mới về đến nhà. Long làm gần nhà nên thường về trước vợ, đủ thì giờ ghé chợ mua đồ về nấu. Hai vợ chồng ăn qua loa, rồi ngồi xem truyền hình xong là đi ngủ. Đúng là một ngày như mọi ngày, mình cứ tưởng chừng như thế. Nhưng chính trong những ngày sống bình thường đó kéo dài lại xảy ra biết bao đổi thay: Chỉ mấy năm Long sống bình thường như thế mà các bạn đồng ngũ của Long bắt đầu lục đục kéo nhau qua định cư theo diện HO. Long gặp lại nhiều bạn trong đơn vị cũ hay cùng trại tù. Chàng bắt đầu thấy được mình đã may mắn qua đây trước, đủ thời gian học nghề và có công việc vững chắc. Những bạn cùng lứa tuổi qua đây trễ, quá tuổi để có thể đủ sức lực đi học lại mà con cái thì còn nhỏ, chưa đứa nào đi làm được để phụ gia đình. Họ phải làm lao động tay ngang, đồng lương chật hẹp vì thiếu bằng cấp chuyên môn. Chỉ một số bạn đặt chân đến Mỹ thì đủ tuổi ăn tiền già, thêm có vài ba đứa con đã tới tuổi lao động, đến Mỹ là chúng lao đầu đi làm ngay, lớp HO này lại có cuộc sống nghèo nhưng vợ chồng con cái chung vai chắt chiu với nhau thì cũng dễ thở. Quả là ở đời, không biết đâu mà lường trước được cả!

Một buổi chiều, Long về tới ngõ thì đã thấy xe của Hương đậu đằng trước nhà. Bước vô phòng khách, Long ngạc nhiên vì Hương còn mặc nguyên bộ quần áo đi làm, mắt đỏ ngoe, hình như đang khóc. "Em sao vậy?" Nàng ngước mắt nhìn chồng, đôi mắt đen ướt: "Hôm nay là ngày phê điểm ở sở em, thằng xếp khốn nạn nó phê em không pass[1], coi như không được lên lương mà còn bị probation[2] nữa!" Long ngồi xuống bên cạnh, quàng tay an ủi vợ: "Kệ nó em ạ. Tụi nó kỳ thị mình đó mà. Em làm cho chính phủ, có GS đàng hoàng thì vẫn có lương căn bản là được rồi, lo gì em." Hương buồn bã ngồi hướng mặt ra ngoài sân mà như nhìn vào quãng không...

Đêm đó, hai vợ chồng ăn cơm trong yên lặng. Long cố an ủi vợ, thuyết phục Hương là quá lắm thì xin việc khác, có gì mà phải bận lòng như vậy. Long giải thích thêm, mình là người Việt chỉ kém Anh văn chứ làm việc thì đâu có thua gì Mỹ. Nhưng chỉ có Hương là biết rõ về mình hơn ai hết: Khi đi học, nàng chỉ tìm cách sao cho đủ điểm lên lớp, không cần biết có hiểu bài hay không; bây giờ đi làm thực sự rồi thì càng lúc nàng mới càng nhận chân rằng mình học đã mất căn bản, không sao gượng lại được, dù ở sở có nhiều khóa huấn luyện và đồng nghiệp cũng cố gắng tìm cách chỉ bảo thêm cho nàng nhưng vẫn quá trễ.

Sau bữa cơm, Hương vặn phim bộ ra xem. Đến khuya, Long còn nghe thấy tiếng vợ lục đục ở dưới nhà.

Sáng hôm sau, Hương gọi điện thoại vô sở cáo bệnh nghỉ ở nhà, rồi lăn ra ngủ cho đến trưa.

Thấy vợ mình buồn và cứ vùi đầu vào mấy cuốn phim bộ

---

[1] Đủ điểm lên lương.
[2] Thời kỳ thử thách.

thâu đêm, Long cũng đâm ra lo lắng. Nhưng chàng đâu biết rằng phải "ở trong chăn mới biết chăn có rận". Chỉ có Hương mới biết mình đang trải qua cái "đoạn trường" này: Nàng đang bị cơn tự ái nó hành hạ và đôi khi chính cái tự ái quá lớn đã không cho phép nàng chấp nhận là mình có tự ái nữa! Lý trí bây giờ đang được xử dụng để che đậy sự thật: Tất cả không là lỗi tự chính mình mà đều là do người khác. Tụi Mỹ da trắng chung nó kỳ thị người mình. Chỉ tại Anh văn mình hơi kém mà nên ra nông nỗi này... Đã thế, không thèm đi làm, ở nhà xem phim cho đã... Có chồng nuôi như tất cả các bà vợ khác. Thế là xong! Hương muốn khóc nhưng bây giờ nước mắt đã cạn, tự ái không cho phép nàng khóc.

Năm năm sau, cũng vào một mùa Xuân, cũng tại nhà của Đạt và Thu, lại một buổi dạ tiệc khiêu vũ và ca hát như mọi năm. Lần này vẫn đông đủ khách tham dự, vẫn có vợ chồng Trường, Sơn rồi Tuấn, nhiều người cũ và thêm một số bạn mới nữa... Chỉ thiếu Long và Hương. Đã lâu rồi không ai còn biết hai vợ chồng này đi đâu. Trong giới bạn hữu, họ chỉ nghe lơ mơ là hai người đã chia tay vì Hương muốn như vậy, họ đồn là nàng ở nhà quá lâu không buồn xin việc khác sau khi đã tự ý xin nghỉ làm cho nhà binh. Tay xếp của Hương không đề nghị sa thải nàng nhưng làm điều còn độc ác và thâm thúy hơn thế nữa: đó là để cho nàng ngồi chơi sơi nước, làm những công việc rất lặt vặt như lo vệ sinh cho trụ sở, lo cà - phê cho nhân viên... Cảm thấy nhục nhã, Hương đã phải tự ý xin nghỉ việc. Vâng đúng vậy, chính nàng xin nghỉ, cũng vì cái tự ái bắt nàng làm thế, dù cho chồng có năn nỉ bao nhiêu cũng không được! Ở nhà một thời gian, nàng chỉ nằm lì ban ngày, mở phim bộ ra xem thâu đêm, không còn màng đến gì nữa. Long, như thường lệ, chăm lo tất cả trong nhà. Người ta cũng đồn là, nhân dịp bà mẹ và đứa em trai dọn sang Ca - Li, Hương muốn đi theo trong khi Long không chịu vì chàng cần đi làm thêm vài năm là đủ thời gian về hưu. Thế là hai người chia tay. Hình như bây giờ Long đã về hưu và đang ở Việt - Nam. Có người con nói là gặp Long ở Sài - Gòn đi với một cô chỉ bằng tuổi con mình...

Trên lầu, trong phòng riêng của Thu, có mấy bà đang thay quần áo khác để chuẩn bị xuống nhảy đầm. Đột nhiên có một bà lên tiếng hỏi: "Chị Thu này, em nghe trước đây có chị gì tên Hương nhảy tango hay lắm phải không, bây giờ chị ấy đâu rồi?" Thu đang sửa lại mái tóc, ngạc nhiên khi có người nhắc đến Hương, nàng quay đầu lại trả lời: "Đúng vậy, chị Hương nhảy cặp với anh Trường đó. Nếu chị muốn học nhảy tango thì để em giới thiệu anh Trường cho. " Bà này như được mở cờ: "Rồi nhe, lát nữa chị giới thiệu anh ý cho em. Em muốn học tango lắm mà ông xã không thích nhảy đầm nên không ai dậy cho cả. " Thu bước ra cửa để xuống nhà, chợt nhớ ra điều gì, nàng đứng lại nói với bà bạn: "Nhưng này, chị nên hỏi ý kiến ông xã chị cho êm cửa êm nhà nhe, chứ đừng để như chị Hương trước đây gây lộn xộn, khổ đấy!"

Dưới nhà, một bản tango vừa trỗi lên, người ta thấy Trường đang dìu một bà xồn xồn nhảy theo điệu nhạc...

CANH BẠC

Sau bữa ăn, Khanh mời các bạn ra ngoài hiên ngồi uống trà để cho vợ chàng dọn dẹp bàn trong nhà. Mấy người đàn ông lục đục đứng dậy nối đuôi nhau bước ra, trong khi mấy bà vợ ở lại để phụ cho Thủy. Dưới hàng hiên Châu thấy có kê bàn và ghế nhựa...

Hồi trưa hôm nay, Khanh ra phi trường San Jose đón Châu từ bên Virginia bay qua thăm bạn. Đây là lần đầu họ gặp nhau sau gần mười năm xa cách. Khi Châu bước khỏi phi cơ, chàng cảm thấy hồi hộp và nghe tim đập mạnh như xao xuyến chờ đợi điều gì quan trọng sắp xảy tới. Chàng vẫn thường có cảm giác như vậy khi phải chờ đón ai. Châu đinh ninh sẽ gặp Khanh ở ngay đám đông đang đón đợi thân nhân. Nhưng sau khi rảo qua đảo lại chàng vẫn không thấy Khanh đâu. Hơi thất vọng và ngạc nhiên, chàng rảo bước đi lấy hành lý ở tầng dưới. Ra đến cầu thang di động thì bất chợt Châu nhìn thấy Khanh đang bước nhanh vào.

Châu vội lên tiếng gọi: "Ê Khanh, Khanh!" Chàng thấy Khanh dừng lại và quay đầu về hướng mình, hai người nhìn thấy nhau. Khanh dơ tay vẫy, rảo bước đến gần, vừa cười vừa nói lớn: "Khỏe không cậu? Tụi nầy kiếm mãi không ra chỗ đậu xe. Thủy đang chờ ngay trước cổng. Mình lấy va - ly rồi đi luôn. Đỡ tốn tiền đậu xe. "

Hai người bắt chặt tay nhau. Khanh kéo Châu đến một góc có ghế ngồi, hỏi bạn về chuyến bay rồi lan man về công ăn việc làm của Châu... Có tiếng chuông inh ỏi báo hiệu hành lý chuyến bay đã bắt đầu ra trên vòng quay.

Thoáng qua, Châu xem ra bạn mình có hơi lạ, nhưng những nét cũ vẫn còn nguyên vẹn: Mái tóc đã thưa hơn và đầu bắt đầu hói trán - khác cái vẻ bồng bềnh nghệ sĩ của ngày xưa -; còn giọng nói và tiếng cười vẫn hồn nhiên và cởi mở, nhất là âm nói vẫn to và ấm, nghe oang oang.

Sang Mỹ được một năm, đây là lần đầu Châu qua Ca - Li. Khi đặt chân đến, chàng thú vị ngay vì khí hậu ấm áp và nắng ráo, khác hẳn với vẻ ảm đạm, lạnh lẽo của miền Đông Hoa - Kỳ.
Nhân dịp có Châu qua, Khanh mở tiệc đãi và mời thêm một số bạn đến cùng chia sẻ niềm vui hội ngộ.

Mọi người kéo ghế ngồi, Châu lách vào trong góc, ngoài trời đã tối và se lạnh. Khanh bưng ra hai ấm trà và một lô tách để trên bàn rồi mọi người tự động truyền nhau. Ở một góc vườn, có hai người đang bật thuốc lá ra hút. Sát bờ tường xây bằng xi - măng, một cây hồng cao độ ba thước sai trái, quả nào cũng to tròn, màu xanh pha vàng nhạt trĩu cành trông như tụ đầy sinh lực của thiên nhiên. Vắt ngang bờ tường là một cành cam của cây nhà bên cạnh chìa sang lốm đốm quả màu hồng và xanh. Cây trái tươi tốt nhưng hình như chẳng ai màng đến hái ăn. Phía dưới còn một khoảng đất bỏ hoang, khô cằn dường như chưa được chăm sóc tới.

Chung quanh bàn, nhiều người ngồi yên lặng, có vẻ trầm tư, dáng điệu mệt mỏi. Câu chuyện trở nên lác đác, rời rạc, khác hẳn như lúc mới vào tiệc, ai cũng vui vẻ ồn ào cười nói vui như Tết. Có lẽ vì đã trễ hay rượu đã cạn nên ai cũng mong được về nhà nghỉ ngơi. Thấy vậy, Khanh đề nghị mang thêm bia ra ngoài hiên nhậu tiếp nhưng có người lên tiếng cản, lấy cớ đã đủ và cũng khuya rồi... Cùng lúc các bà vợ đã xong việc bên trong, đi ra hô mấy ông chồng về.

Thế là Châu đứng dậy bắt tay chào và nói mấy lời cám ơn. Chàng thấy bạn của Khanh lịch sự và đàng hoàng. Nhưng chàng cũng tự hỏi: không biết trong số bạn mới này, Khanh thân và hợp với ai, hay là họ chỉ là bạn giao tế, chứ không thân thiết như mình, Tuấn và Khanh được.

Khi Khanh tiễn các cặp vợ chồng bạn ra xe, không gian ồn ào lúc nãy nhường chỗ cho sự yên lặng của đêm về. Vài cơn gió nhẹ luồn qua bờ tường tốc đi mấy chiếc khăn giấy trải bàn, bay lên rồi rơi xuống đất... Châu liên tưởng nghĩ đến ban sáng gặp Khanh ở phi trường: Ngoài cái đầu đã hói, Khanh trông vẫn gầy ốm như xưa, tiếng nói oang oang vồn vã và nụ cười vẫn dòn dã để lộ hàm răng trắng đều. Trái lại, khi về đến nhà gặp lại Thủy thì chàng ngỡ ngàng: nàng trông không còn là một nữ sinh mảnh khảnh như dạo nào, mà đã trở thành một bà đứng tuổi xồ xề. Cuộc sống của Khanh khá giả nhờ làm chủ hai tiệm bán bàn ghế, chung với mấy người bà con, quanh thung lũng hoa vàng này. Họ cũng kiếm ra tiền đúng lúc kinh tế nước Mỹ đang bốc. Châu không ngờ Khanh có thể trở thành một thương gia vì trước 75 chàng chỉ lo đi học rồi ra làm công chức cho Bộ Công Chánh. Cái bằng kỹ sư Phú - Thọ ngày xưa khó đạt bao nhiêu..., nay Khanh lại vứt bỏ cả để đi bán bàn ghế!

Mặc dầu kiếm ra tiền nhưng căn nhà của Khanh cũng chỉ là loại thường và cũ: Nhà lầu, có mảnh vườn nhỏ đằng sau chỉ đủ để trồng ít rau cỏ, cây trái; còn bên trong nhà thì sơn đã bạc màu và hình như cũng ít được sửa sang trùng tu; bàn ghế đều mới nhưng cũng là loại rẻ tiền, có lẽ mang từ tiệm về nhà dùng. Trong bếp chén bát và nồi niêu để la liệt trông bừa bộn. Vợ chồng Khanh có ba con nhưng đứa út bị tật kém phát triển nên Thủy chỉ ở nhà nội trợ trông nom con. Châu đang suy nghĩ miên man thì Khanh mở cửa thò đầu ra nói: "Châu, họ đi về cả rồi, tụi mình làm thêm vài chai bia nhé?" Châu vội trả lời: "Thôi, tôi cũng đủ say rồi... " Khanh bước ra, khép cửa lại nhưng trên tay đã có chai bia, ngồi xuống cạnh Châu, nói tiếp: "Tớ phải uống thêm vài chai để tối dễ ngủ. Tối mai tớ đưa cậu đi ăn bò bảy món, chỗ này mới mở nghe nói ngon lắm. " Châu liếc nhìn bạn: khi rượu vào, khuôn mặt Khanh trở nên rạng rỡ linh hoạt, nói năng hoạt bát hơn... Lúc đi qua nhà bếp ra sân, Châu cũng để ý thấy ba két bia chồng lên nhau ở một góc, còn trong tủ kính chất nhiều chai rượu mạnh. Châu tự hỏi không biết Khanh bắt đầu uống rượu từ lúc nào?

Chợt nhớ đến Tuấn, người bạn thân của cả hai đã qua Mỹ từ 75, Châu hỏi: "Này Khanh, như vậy cả năm nay cậu cũng không gặp Tuấn hả, như ông kể qua điện thoại với tôi hồi mình mới qua?... Có tin gì mới của hắn không?" Khanh từ tốn uống một ngụm bia, chậm rãi trả lời: "À! Tuấn hình như đang đóng đô ở một sòng bài Casino gần đây thôi. Không rõ hắn sinh sống ra sao. Nếu rảnh hai đứa mình sẽ đi tìm... Ngày mai thì tớ phải ra coi tiệm đến tối. Sáng tớ thả cậu đến thăm người bạn rồi chiều cậu nhờ anh bạn đưa đến tiệm mình cho biết. Đóng tiệm, mình đi đến casino kiếm Tuấn, nếu may gặp thì rủ hắn đi ăn với bọn mình. Bao nhiêu năm rồi ba đứa mình mới gặp lại nhau đấy nhé. " Nói xong lại nốc một hơi cạn chai bia, Khanh định đứng lên lấy thêm một chai khác... nhưng khựng lại hỏi Châu: "Cậu có vẻ mệt hả? Đi nghỉ nhá? Mình lên lầu, tớ chỉ phòng cho... Cậu biết đó, tớ rất mừng gặp lại cậu... "

Đêm hôm đó, dù đã trễ và mệt nhưng Châu cũng trằn trọc

một chốc mới ngủ được.

Khi tỉnh dậy, Châu cảm thấy đang nằm trên giường lạ, ... và chợt nhớ đang ở nhà Khanh, thoang thoảng một mùi nồng đặc biệt đưa lên trên lầu lẫn vào phòng, một mùi nấu ăn ám vào nhà ở của người Việt. Nhìn quanh thấy còn tối, chàng với xem đồng hồ: mới hơn 4 giờ. Châu tính nhẩm thấy cũng đã 7 giờ bên mình, nghĩa là quá giấc hàng ngày dậy đi làm. Châu xoay người, đổi thế nằm, tìm lại giấc ngủ... nhưng câu chuyện về Tuấn đêm qua khiến chàng lại đâm ra suy nghĩ mông lung: Kỷ niệm cũ lại hiện ra trước mặt chàng, có lúc hiển hiện như mới xảy ra hôm qua, nhưng cũng có những chi tiết mơ hồ; và khi càng cố nhớ thì lại trở nên xa vời, huyền ảo hơn, như trong một giấc mộng...

Năm đó, ba đứa Châu, Khanh và Tuấn học chung lớp Đệ Nhị trường Văn - Lang. Không biết do ngồi gần nhau hay ngẫu nhiên quen và thân nhau - Châu không còn rõ nữa - mà chỉ nhớ là vào lúc gần ngày thi, cả ba thường đến nhà Tuấn học bài. Nhà Tuấn trong khu công chức Bưu - Điện gần chợ Đa - Kao, dành cho các gia đình nhân viên đa số di cư từ ngoài Bắc vào Nam ở tạm, riết rồi thành ra ở luôn. Khu này lúc trước là dẫy nhà kho, đất còn rộng nên chính phủ xây thêm nhiều căn hộ nhỏ cho gia đình nhân viên ở, thành ra lộn xộn, không ngăn nắp như một cư xá. Họ ở chen chúc nhau. Nhưng đây là một xóm yên ổn, ai cũng là công chức chung một sở, và đa số đều quen biết nhau từ hồi còn ở ngoài Bắc.

Chiều đến, sau giờ tan sở và đám học sinh đi học về, khu xóm trở nên vui nhộn, có người bắc ghế ra hiên trước nhà ngồi hóng mát hoặc xem chừng trẻ con chơi trong ngõ. Nhà Tuấn ở trong góc có hai phòng nhỏ: phía trước chỉ đủ kê cái bàn và tủ, còn phía trong vừa là bếp vừa là chỗ ngủ cho cha, mẹ chàng. Tối đến, Tuấn kéo cái bàn vào một góc rồi trải chiếu ra để ngủ. Cũng đôi khi Châu và Khanh ngủ lại đây với bạn. Cha, mẹ Tuấn rất chiều mến bạn của con nên Khanh và

Châu thích đến học bài với Tuấn. Trong ba đứa thì Khanh vừa học giỏi vừa chăm chỉ, Tuấn lười nhưng lại thông minh, còn Châu thua xa các bạn mình vì không sáng dạ cho lắm. Tuấn ra dáng một thanh niên hiền lành và tốt bụng: trên khuôn mặt dài là cặp mắt nhỏ nhưng linh động. Người chàng ốm yếu mảnh khảnh, khi đi có vẻ xiêu vẹo như thiếu tự tin nhưng trái lại khi nói chuyện thì vui vẻ và sắc sảo hẳn. Cũng có khi ba mẹ của Tuấn nhắc đến người chị cả còn ở lại Hà - Nội với chồng con. Hai cụ rất nhớ thương đến người con gái và cháu ngoại, nhất là vào dịp Tết nhất... ; và thường khi không khí trong nhà đượm một vẻ buồn bã, trầm lặng. Họ ao ước một ngày được xum hợp với gia đình con gái mà lâu lâu chỉ nhận được nhận thơ và hình ảnh qua một người họ xa ở bên Pháp chuyển về. Một buổi chiều, Châu đạp xe tạt qua mượn cuốn sách thì thấy Tuấn đang đứng trước cửa nhà nói chuyện với Liên, cô gái hàng xóm. Cô này mới độ mười sáu và trông không đẹp nhưng có nước da bánh mật với đôi mắt nhỏ, hai gò má hơi cao, khi cười để lộ hàm răng đều và trắng, khiến cả khuôn mặt ánh tươi vui và truyền cảm. Và hình như trời thường đền bù cho những cô gái nhan sắc không vượt trội nhưng họ ăn nói khôn khéo và có tài nội trợ. Như người ta thường nói: cái nết đánh chết cái đẹp. Liên cũng như thế, nàng học giỏi và chăm lo gia đình nổi tiếng trong xóm. Gia đình Tuấn và Liên quen biết nhau từ khi còn ở ngoài Bắc nên Liên qua lại nhà Tuấn tự nhiên như nhà mình. Không biết Tuấn và Liên tình cảm với nhau ra sao, nhưng hình như Khanh và Châu đều có cảm tình với cô hàng xóm nho nhỏ này.

Gần đến ngày thi, cả ba đứa bạn đều cố gạo bài vì ngưỡng bậc Tú Tài là cửa ải quan trọng nhất phải vượt qua trong đời. Nó là chìa khóa mở ra tương lai, và nếu không thì cái bóng đen của đời lính sẽ chụp đến. Châu chợt nhớ đến bài thơ "Thà Như Giọt Mưa" của Nguyễn Tất Nhiên:

... Người từ trăm năm về qua trường Luật

Ta hỏng Tú Tài, ta hụt tình yêu
Thi hỏng mất rồi ta đợi ngày đi
Đau lòng ta muốn khóc
Đau lòng ta muốn khóc...

Nhưng may mắn thay, năm đó cả ba đứa đều thi đậu. Khanh còn đậu Bình Thứ và được chuyển lên trường Chu Văn An trong Chợ Lớn.

Thế rồi vẫn còn cái cửa ải thứ hai nữa: Tú Tài Phần Hai. Mảnh bằng này là hố chia cách hai giai cấp rõ rệt: thi đậu sẽ lên đại học, thứ bậc cao nhất của ngành học vấn; còn trượt thì cửa sĩ quan Trừ bị Thủ Đức sẵn sàng le lói ở trước mặt, chông gai đầy những hiểm nghèo!

Năm sau đó, chỉ có Khanh và Tuấn đậu, Châu rớt rồi lại rớt thêm năm nữa và lên đường nhập ngũ. Khanh vào trường Phú Thọ, còn Tuấn sau hai năm lêu bêu ở Khoa Học thì gia nhập Hải Quân.

Vào lúc chiến tranh kết thúc, Tuấn ra đi theo đơn vị Hải Quân, Khanh và Châu kẹt lại; thế là cả ba mất liên lạc. Sau nhiều năm giam cầm, Châu được tha về Sài - Gòn thì Khanh đã vượt biên. Khi mò đến khu cư xá nhà Tuấn, Châu được biết gia đình dọn đi sau khi ông cụ về hưu, hỏi thăm về Liên thì cũng dọn đã lâu và không ai có tin tức gì thêm...

Châu lại ngủ thiếp đi... Khi tỉnh dậy, trời đã sáng và có tiếng động ở nhà dưới vọng lên, lao xao tiếng các con của Khanh sửa soạn đi học, chàng vẫn nằm yên, ngại làm phiền gia đình Khanh đang bận rộn chuẩn bị cho một ngày mới.

Đến khi sửa soạn xong, Châu bước xuống cầu thang. Tại bếp Thủy đang loay hoay dọn dẹp, thấy Châu, nàng lên tiếng chào: "Mời anh xuống ăn sáng. Nhà em đưa cháu ra trường rồi về ngay. Anh Khanh muốn đích thân đưa cháu đến trường mỗi ngày, chiều thì tôi đưa cháu về... Việc nhà coi vậy chứ lu bu lắm anh ạ. Toàn những việc không tên!" Châu nói: "Cảm ơn anh chị đã cho tôi tá túc và lo chu đáo đủ thứ. Chứ ăn uống bên này thì ra ngoài nhà hàng cũng rẻ và ngon, chị đâu cần nấu nướng chi cho tốn công tốn thì giờ... " " Anh nói đúng: nhiều khi đi chợ về nấu nướng còn tốn hơn... Ra ăn ngoài vừa tiện lại đôi khi còn ngon hơn mình nấu nữa!... Anh Châu uống cà - phê gì nào?... Anh Khanh ghé qua tiệm mua bánh cuốn nóng về ăn. Tiệm nằm ngay trên đường gần trường của cháu. " "Chị cho xin cà - phê sữa, mà ít sữa thôi. Nếu không có sữa thì đen nóng, cũng được. Tôi uống thứ nào cũng được. "

Châu đến bàn ngồi, đưa mắt nhìn chung quanh: Trong bếp chén bát tuy đã rửa nhưng chưa khô, còn để ngổn ngang. Thủy mặc bộ quần áo cánh ở nhà bó sát vào người để lộ cơ thể sồ sề nặng nề, nhưng trên mặt thì hồng hào tràn đầy sức sống. Tự nhiên chàng thấy Thủy với Liên hai người không ai có thể coi là đẹp hơn ai..., và không biết xưa kia, Khanh có để ý gì đến Liên hay không... vì Châu nhớ là có mấy lần Khanh hay nhắc đến Liên trong những đêm học bài cùng nhau... Rồi miên man nghĩ đến ảnh hưởng của thời gian, chàng thấy nay thì ai cũng già đi và chẳng biết còn sống được bao năm nữa. Một nỗi buồn nhè nhẹ lẻn vào người, ... Châu tự thấy mình bỗng dưng vô duyên, cứ vơ vẩn lo buồn tới những chuyện không đâu...

Thủy mang cà - phê đến rồi quay lại bếp lấy một ly cho mình, và ngồi xuống bên kia đầu bàn. Nàng hỏi thăm gia đình và công ăn việc làm của Châu. Nhân dịp chưa thấy Khanh về, Châu gợi chuyện về Tuấn. Thủy kể lúc mới qua, họ hay gặp Tuấn nhưng từ khi mất việc rồi đi lang thang, nàng không tiện theo dõi tin tức về Tuấn nữa. Nghe giọng nói, Châu có cảm tưởng nàng không có cảm tình về người bạn của chồng cho lắm...Thủy chợt hỏi: "Này anh Châu, ngày xưa trong các anh, ai là người thích cô Liên vậy?... và anh có biết cô ta mến ai không?...Liên thương anh Khánh đó, có lẽ vì thế mà đã khiến anh Tuấn buồn. " Châu ngạc nhiên nhưng thành thật thổ lộ: "Tôi cũng không rõ lắm... Tụi này hồi đó còn nhỏ, chỉ coi Liên như đứa em gái thôi, chứ đâu có tình ý gì. Mà Liên cũng biết vậy. " Tuy nhiên Châu lại thấy mình xưa kia khá ngây ngô, chàng không ngờ những người bạn thân của mình xưa kia gần gũi mỗi ngày, xem ra họ đã có nhiều bí mật khúc mắc mà mình không hay: Chẳng lẽ Liên lại mến Khanh, chàng cứ tưởng nàng phải thích Tuấn vì hai gia đình gần gũi từ lâu, hai người vốn đã sẵn có bao kỷ niệm với nhau?...

Vừa lúc đó Khanh mang bánh cuốn về tới. Câu chuyện về Liên bị bỏ dở. Ăn xong trên đường ra tiệm, Khanh thả Châu ghé thăm người bạn tù gần đó. Châu ở nhà bạn đến chiều thì lại ghé tiệm để cùng Khanh hai người đi kiếm Tuấn.

Cửa hàng của Khanh dễ kiếm, vì nằm trên con đường lớn và chiếm một diện tích khá rộng. Bên ngoài giăng hai bích chương quảng cáo to bằng tiếng Mỹ và Mễ. Bước vào trong là một căn phòng rộng mênh mông, trần nhà cao như của một nhà kho như cái hăng ga sửa máy bay ở căn cứ Phi Long mà trước đây vào gặp mấy người bạn Không Quân chàng đã chứng kiến. Ở dưới bày la liệt đủ loại bàn ghế, còn một góc là khu để nệm và giường ngủ. Phía trong là văn phòng, Châu thấy có vài người khách đang khảo giá và Khanh đứng nói chuyện với một người luống tuổi. Hai người hơi lớn tiếng, có vẻ đang cãi nhau. Khi thấy Châu đến gần, họ dịu giọng xuống quay đầu về phía chàng. Khanh bước lại phía Châu mỉm cười. "Cậu ngồi chờ tớ một chút nghe. Vòng vòng xem bàn ghế đi, thích cái gì cứ lấy về. " Vừa nói, Khanh vừa cười đùa. Châu rảo đến cái ghế bành to ngồi xuống, nhìn về phía Khanh: Hai người vẫn còn đang tranh cãi nhau, tay họ giơ lên khua qua lại. Chàng chợt nhớ hình như người đàn ông đó là Vũ, anh họ của Khanh, mà chàng đã có gặp lâu rồi ở Sài - Gòn lúc đó Vũ đang dạy học. Rồi Châu nhớ hình như hai người chung nhau mở tiệm bàn ghế này. Không biết họ có xích mích gì, chia chác không đều chăng... Châu chứng kiến nhiều cuộc hợp tác, chung vốn mở nhà hàng ăn, rồi một thời gian sau lục đục, dù họ đều trong gia đình họ hàng với nhau. Chàng nghĩ đến mặt trái của thương trường: cạnh tranh, giựt mối rồi đi đến sứt mẻ, mà hôm nay có lẽ Khanh đang gặp phải.

Châu thấy lạ: Khanh có dáng vẻ của một học giả chứ đâu phải là một con buôn mà sao lại đâm vào cái nghề này?... hay là vì nó dễ hái ra tiền?... Cuộc đời đổi thay, không ai lường trước được mà có thể thoát ra khỏi cái nghiệpdĩ của mình... Sau một hồi, người kia bỏ ra về. Khanh bước lại chỗ Châu ngồi, cười nói: "Sao hôm nay gặp bạn cũ, vui không? Cậu chờ tớ một chút. Vắng khách là tớ đóng cửa sớm, mình đi ăn. Hôm nay bán dư xài rồi. Làm nhiều cũng đóng thuế hết. " "Người đó có phải anh Vũ đó không? " "Ờ... đúng anh Vũ người anh họ mình đó, bây giờ ảnh chung với mình mở cái tiệm này. Nhưng hiện hai đứa mình khá lôi thôi. Cậu không trong nghề, nhiêu khê lắm. Anh Vũ muốn mua lại tiệm để làm một mình vì bây giờ đang lời. Mình chưa biết tính sao đây...Thôi mình sửa soạn đóng tiệm, tìm Tuấn rồi rủ hắn đi ăn với bọn mình. "

Khi xe ghé vào Châu mới biết đây là nơi đánh bài: Dù bãi đậu xe rộng rãi, có trồng cây nhưng chỉ có ít đèn đường nên trong đêm tối khu này có vẻ âm u, khác hẳn với hình ảnh đèn đóm sáng trưng của các casino mà Châu thấy quảng cáoở Las Vegas. Sòng bài tuy lớn nhưng bị lẫn trong bãi đậu xe trông chỉ như một khu nhà ở hay là một khách sạn lớn. Bước vào trong, ở hàng lang phía một góc có một dãy điện thoại công cộng và phòng vệ sinh, từ đâu xộc đến mùi thuốc lá và ẩm mốc lưu cữu.

Châu đứng chờ Khanh vào phòng vệ sinh thì chợt nghe thấy tiếng nói một bà Việt Nam đang nói điện thoại công cộng vọng ra. Ngay gần đó, sau bức tường nên chỉ cách gần ba bốn thước, giọng nói nghe như tiếng kêu than: "... mày mang cái xe của tao đi cầm ngay đi... tao nói đi liền... bao nhiêu cũng chịu...

" Vừa lúc đó Khanh bước ra, hai người bạn bước vào phía trong. Chàng không nghe thêm chi tiết gì nữa nhưng qua vài lời nói thống thiết của kẻ thua bài, có lẽ thua rất nhiều và đang bám víu vào số tiền bán xe mang tới để gỡ lại... hay là thua nữa? Châu thấy ù tai, rảo bước theo Khanh, cố không nghĩ đến người đàn bà mà chàng không thấy mặt đó...

Có vẻ quen chỗ, Khanh đưa Châu đảo nhanh qua nhiều khu chơi bài. Vừa đi hai người vừa tìm kiếm một vòng nhưng chưa thấy bóng Tuấn đâu. Khanh quyết định đến khu chơi xì phé, trong đó loáng thoáng nhiều bóng người Á - Đông đang tụ quanh mấy cái bàn. Khanh dừng lại cạnh một bàn, hỏi một người Việt - Nam: "Anh có thấy anh Tuấn là người vẫn đưa rước khách ở đâu không? "Như đang khó chịu vì phải trả lời, người đàn ông đứng tuổi nói dấm dẳn: "Chỗ kia kìa, đang đứng đó. " Tuấn mặc dầu được nhận ra ngay nhưng trông già hẳn đi, dáng hình hiện rõ nét bệnh hoạn, hốc hác, xanh xao, quần áo nhàu nát, đang đứng nói chuyện với một số người lạ, trên tay cầm điếu thuốc. Tuấn gương mặt trông tóp lại, gò má nhô cao, đôi mắt trở nên lờ đờ và lạc lõng như người đang nhìn vào cho vô định. Khi Châu bước lại gần thì Tuấn chợt ngước mắt lên, nhìn chầm chập Châu, đôi mắt mở to ngạc nhiên rồi kêu nhỏ: "Ô kìa Châu..." Cả Châu và Tuấn đều xúc động. Rồi như cần sự vắng vẻ riêng tư để nói chuyện, cả ba kéo nhau ra khỏi sòng bài. Ra đến bên ngoài, Châu mới lấy lại được sự bình tĩnh. Khanh đề nghị đi ăn cơm tối; và trước sự ngạc nhiên của bạn, Tuấn đồng ý: "Để tớ ra xe lấy cái áo khoác. Xe tớ đậu ở chỗ góc cây to kia kìa. " Khanh giữ Châu lại. Khi Tuấn đã đi xa, Khanh nói nhỏ với Châu: "Tuấn để tất cả gia tài, quần áo đằng sau thùng xe, buổi tối anh chàng ngả ghế ra ngủ trong xe. Nếu lạnh quá thì ghé nhà anh bạn chung đơn vị cũ trước ngủ nhờ qua đêm. Tuấn sống nhờ vào tiền đưa đi đón mấy khách đi đánh bài mà không biết lái xe, kiếm được đồng nào rồi lại vô... thử thời vận. Tớ nghe nói có khi

Tuấn được cả trăm ngàn nhưng bao giờ cũng thua lại... " Nhìn theo Tuấn bước đi vội vàng, lắc lư hai cánh tay khuất sau chỗ đậu xe, Châu chỉ thấy lờ mờ nhiều dãy xe đậu dưới tàn cây, im lìm trong bóng đêm Chợt một cơn gió thổi tạt qua đưa làn không khí lạnh tới...

Nghĩ đến cuộc sống cô đơn và đầy khó khăn của Tuấn bây giờ, trái ngược hẳn với một cuộc đời êm ả và tương lai sáng lạn trước kia... Châu mường tượng hình ảnh cô hàng xóm - tên Liên dạo nào - có nụ cười tươi trẻ và hồn nhiên ấy... Trong khi bị giam cầm trong trại tù, Châu có lúc nghĩ đến bạn và cứ tưởng tượng là cuộc đời của Tuấn ở đây phải là sung túc và ấm cúng, nhưng trái lại, thực tế quá phũ phàng: vì một lẽ gì - không hiểu nổi - Tuấn đã lao đầu vào chốn bài bạc để rồi trở thành con người thân tàn ma dại như ngày nay...

Khi bước lại gần, Tuấn đã mặc chiếc áo sơ mi dài tay trông sạch sẽ và đỡ nhầu, nét mặt tươi cười nhìn hai ban: "Thật không ngờ được gặp lại nhau đấy nhé. Cứ tưởng mấy ông biến đâu cả rồi. "

Gặp nhau, cả ba đều vui hẳn; nhất là Tuấn, không ngờ được thấy bạn thân cũ. Họ đưa nhau đến quán nhậu, vừa ăn vừa nhớ lại chuyện xưa, biết bao nhiêu kỷ niệm vui buồn với nhau. Họ cũng nhắc đến cô hàng xóm nho nhỏ ai cũng ngắm nghé mà chẳng biết ai đã để ý đến ai. Nhưng thoáng qua, đêm nay, hình như giữa ba đứa bạn, vẫn có sự gì khác xưa: Quá khứ không thể lặp lại được như cũ, những gì đã qua đi rồi không thể nào tìm thấy lại được, có chăng chỉ nguyên vẹn trong ký ức mỗi người mà thôi - Một bức tường vô hình ngăn cách họ: Thời gian, tuổi tác, cuộc sống thăng trầm đã làm con người thay đổi đến độ không ai có thể ngờ đến.

Ăn xong, Khanh đề nghị mọi người về nhà mình ngủ. Dù nghĩ Tuấn sẽ tìm cách từ chối như nhiều lần trước nhưng chàng ngạc nhiên, lần này Tuấn lại đồng ý ngay. Đêm đó ba người ai cũng thức đến khuya để nói chuyện tiếp...

Thức dậy trễ, Châu xuống nhà thì chỉ có Thủy đang ở bếp. Nàng cho biết Khanh đã đi mở cửa tiệm từ sớm và đưa Tuấn đến nhà bạn. Như đã hẹn trước, đứa em rể đến đón Châu về nhà nó chơi vài ngày. Từ đó cho đến khi về Virginia, Châu không còn dịp liên lạc lại được với Tuấn...

Trở lại nhà, cuộc sống gia đình rồi công ăn việc làm lại quay cuồng, quấn hút Châu vào một chuỗi bận rộn liên miên. Cho đến một hôm...

Gác điện thoại, Châu nhìn ra ngoài vườn - dưới bầu trời u ám, cảnh vật như ủ rũ một màu xám. Cành đào trước nhà trơ trọi đang lắc lư dưới cơn gió Bấc...

Khanh vừa gọi báo tin Tuấn bệnh nặng và đang nằm nhà thương, có lẽ cũng chẳng còn sống thêm được bao lâu nữa... Châu nghĩ đến bạn, đến một con người đáng lẽ phải có một cuộc đời bình thản, nhàn hạ nhưng những rủi ro xui xẻo đã vận vào, khiến Tuấn cứ thế mà lụn bại mãi đi, không gượng lại được nữa... Có phải đúng đó là một kiếp xấu số chăng... Nhưng Tuấn đâu có cần sống như người khác. Hay là Tuấn cho là cả cuộc đời cũng chỉ như một canh bạc, cuối cùng thì chỉ cũng là: ai có may mắn hay ai bị xui xẻo?

PHẦN II
TÙY BÚT, BÌNH LUẬN, KỊCH NGẮN

TÁC PHẨM CUỐI CÙNG
CỦA NHÀ VĂN NHẤT - LINH

Ngày 7 tháng 7 năm 1963, nhà văn và nhà cách - mạng Nhất - Linh Nguyễn Tường Tam tự - vẫn bằng độc dược để phản đối chế - độ Ngô Đình Diệm về việc đàn áp các đảng phái đối lập Quốc - gia. Ông chết một ngày trước khi phải trình diện Tòa Án Quân Sư vì liên can đến cuộc đảo - chính hụt ngày 11 tháng 11 năm 1960. Vào lúc đó đang là cao trào của cuộc tranh đấu của Phật - giáo chống kỳ thị tôn giáo, và cái chết của ông đã gây xúc động trong quần chúng. Ông chết đi để lại một sự nghiệp lớn về văn học và họat động cách mạng chống Pháp và Cộng Sản.

Chúc thư của ông như sau: *"Đời tôi để lịch sử xử, tôi không chịu để ai xử tôi cả. Việc bắt bớ và xử tội tất cả các phần tử đối lập Quốc - gia sẽ làm cho nước mất vào tay Cộng Sản. Tôi chống đối việc đó và tự hủy mình như Hòa - Thượng Thích Quảng - Đức để cảnh cáo những người chà đạp mọi thứ tự -*

do. - Nhất - Linh Nguyễn Tường Tam "

Chính quyền lúc đó, trong bản cáo trạng truy tố, đã cho ông là thành phần phản loạn, phản quốc và xâm phạm an ninh Quốc - Gia. Mặc dù, suốt đời bao giờ ông cũng là một người ôn hòa, rất ghét bạo - động và chỉ tranh đấu cho Độc - Lập, Tự - Do và phúc lợi của dân - tộc. Đang từ một kẻ bị truy tố về tội phản quốc và chắc chắn sẽ bị kêu án nặng nề, nhưng bằng cái chết và qua bản chúc thư, Nhất - Linh đã nhân danh lương tâm của Dân Tộc, cảnh cáo và kết tội bạo quyền, và chứng tỏ sức mạnh của ngòi bút và lý tưởng còn mãnh liệt hơn cả súng ống và xe tăng. Cũng trớ trêu thay là chỉ vài tháng sau khi ông chết, hai anh em nhà Ngô bị thảm sát, nạn nhân của bạo - lực. Điều này chỉ xác tín là bạo - động không giải quyết được gì cho con người, chỉ là nguồn gốc của thảm họa mà thôi.

Từ đó đến nay, gần nửa thế kỷ qua, đã có nhiều bài viết, sách nghiên cứu của các tác giả, nhà phê bình, văn nghệ sĩ đã viết về cái chết đột ngột của ông. Bài viết này, nhân ngày giỗ thứ 49 của nhà văn, chỉ nhằm xem xét vài điểm liên quan đến nguyên nhân và lý đó nào đã đưa đến sự kiện một nhà văn, lãnh tụ một đảng phái như ông mà phải tuẫn tiết?

Nhìn lại cuộc đời của Nhất Linh, mọi người đều thấy sự nghiệp của ông gồm hai lãnh vực rõ rệt: về văn nghệ như hội họa, thơ và tiểu thuyết; thứ hai là chính trị như thành lập đảng Đại Việt Dân Chính, hoạt động trong Việt - Nam Quốc Dân Đảng. Bởi thế, nhiều nhà phê bình cho rằng ở ông, có hai con người: một nhà văn Nhất Linh và một nhà chính trị Nguyễn Tường Tam. Phân biệt như vậy tuy hợp lý, nhưng vô hình dung không thấy được con người thật của ông. Vì dù sao, về căn bản ông vẫn chỉ là một người có tâm hồn nghệ sĩ, đa cảm nhưng lại có lòng trắc ẩn sâu đậm đối với sự đau khổ của đồng loại và không thể chỉ ngừng lại ở chỗ sáng tác mà ông còn dấn thân vào công cuộc cải cách xã - hội. Có thể nói

Nhất - Linh là một nghệ sĩ dấn thân và luôn luôn hành động do sự thúc đẩy của trách nhiệm và lý tưởng.

Vào lúc còn trẻ, ở tuổi 20, Nhất Linh có theo học hội họa ở trường Cao Đẳng Mỹ Thuật Hà - Nội; và cũng như Van Gogh, ông mang giá vẽ và cọ đi về miền quê để vẽ. Và cũng như Van Gogh, ông đã xúc động trước cảnh nghèo khổ của đám nông dân. Trong khi Văn Gogh đi tìm giải pháp ở tôn - giáo thì Nguyễn Tường Tam tìm thấy ở con đường cách - mạng chống thực dân và giải phóng dân tộc. Cả hai nhà họa sĩ này về cuối đời đều tự tìm đến cái chết, nhưng lại vì hai lý do khác hẳn nhau: Van Gogh tự vẫn trong cơn điên loạn, còn Nhất Linh tuẫn tiết vì lý tưởng. Chúng ta tự hỏi, nếu Nhất - Linh theo đuổi luôn nghề vẽ thì không biết ông sẽ ra sao? Điều ngạc nhiên là gần đây, trong một cuộc đấu giá tranh của nhà đấu giá Sotheby's ở Hồng - Kông, xuất hiện một bức tranh do ông vẽ vào những năm 1920 - khi lưu lạc ở Saigon - về cảnh phố chợ ở miền quê Việt - Nam. Bức tranh có người mua với giá cao (75 ngàn Mỹ - kim)! Nếu theo đuổi nghiệp vẽ, Nhất Linh có lẽ trở thành một họa sĩ tài hoa như người bạn Nguyễn Gia Trí của mình chăng? Mặc dù là một nghệ sĩ nhưng Nhất - Linh luôn bị ám ảnh bởi lý tưởng và trách nhiệm xã hội. Điều này cho thấy ông đã chủ trương dùng ngòi bút để làm vũ khí tranh - đấu của mình (dùng báo chí - Phong - Hoá, Ngày Nay, Tự - Lực Văn - Đoàn). Nhưng đôi lúc, vì hoàn cảnh của đất nước, ông đã phải bỏ báo chí để hoạt động cách mạng (thành lập Đại Việt Dân Chính, trốn qua Trung - Hoa). Điều đáng nói ở đây là, trong khi hoạt động chính trị, ông đã phủ nhận việc dùng những thủ đoạn và bạo lực, khác hẳn các đối phương của ông (như thực - dân, cộng sản và độc tài). Trong cuốn "Giòng Sông Thanh Thủy," ông đã viết về sự tàn bạo của chính trị và cái nguy hiểm của cái mà ông gọi là "guồng máy," cũng như sự tàn nhẫn của "guồng máy" đó. Về văn chương, lập trường của ông cũng thay đổi, từ việc viết tiểu - thuyết luận -

đề ông quay qua chủ trương: "văn chương phải vượt thời gian và không gian".

Năm 1949, từ Trung Hoa về lại Hà - Nội - sau biến động chính trị tranh chấp giữa ba thế lực chính là Quốc - Cộng - Thực - Dân - , ông tuyên bố từ bỏ chính - trị rồi vào Nam sinh sống. Tại Saigon ông chú tâm vào việc sáng tác truyện dài (trường giang tiểu thuyết Xóm Cầu Mới) và xuất bản lại sách của Tự - Lực Văn - Đoàn. Ta thử đặt câu hỏi: Nhất Linh có thực sự từ bỏ luôn chính trí không? Từ bỏ trách nhiệm với đất nước, đồng chí của mình không? Theo các đồng chí thân cận với ông, như các ông Nguyên Thành Vinh, Trưởng Bảo Sơn, Lê Hưng, Nguyễn Tường Bá... v. v... , thì trong thời gian này ông chỉ đóng vài trò cố vấn và không tham dự vào các buổi họp chính trị với các đoàn thể khác (tuy ông lại là thủ lãnh của Mặt Trận Quốc Dân Đoàn Kết ủng hộ cuộc đảo - chánh năm 60). Như vậy sự từ bỏ chính trị của ông ở đây là: không sinh họat đảng phái với mục đích tham chính, nhưng vẫn lưu tâm và họat - động cho dân chủ và tự do, (theo nghĩa bây giờ ông là một "nhà tranh đấu nhân quyền"chứ không phải là "chính trị gia"). Có thể ông đã thấy bộ mặt xấu của chính trị và cho rằng quyền lực chỉ đưa đến tội ác và làm hủ hoá con người. Có lần ông đã tâm sự với người thân trong gia đình là thời gian ông làm Bộ Trưởng Ngoại Giao trong Chính Phủ Liên Hiệp là thời gian khổ sở nhất của đời ông. Cần nhắc lại đây một chi tiết: sau khi từ chức năm 1946, ông đã lấy ngân quỹ của Bộ Ngoại Giáo Việt Nam đem vào chiến khu chi dùng cho Việt Nam Quốc Dân Đảng, làm Việt Minh tức tối (chúng đã lên án ông là 'việt gian thụt két'!). Điều này cho thấy ông sẵn sàng hy sinh tiếng tăm cá nhân của mình nếu vì lợi ích chung của đoàn thể.

Năm 1958, Nhất Linh xin giấy phép cho tờ nguyệt san "Văn Hóa Ngày Nay" nhưng chính quyền chỉ cho phép ra từng số một và phải chịu sự kiểm duyệt. Đây là một cách bóp chẹt tự do rõ rệt. Bộ Thông - Tin cố tình làm giấy phép chậm trễ, gây khó khăn cho việc xuất bản. Sau 11 số, tuy bán rất chạy, chán nản, ông phải cho đóng cửa.

Cuộc chính biến 1960 thất bại, nhiều đồng chí, nhân sĩ bạn của ông bị giam cầm và tra tấn dã man. Sự việc nầy gây xúc động trong ông. Sau một thời gian lẩn tránh, ông về nhà nhưng bị kêu hỏi cung nhiều lần ở Tổng Nha Cảnh Sát. Bản cáo trạng đã truy tất cả tội trạng lên đầu ông. Cũng vào lúc này xảy đến vụ tranh đấu của Phật giáo. Cuộc tự thiêu của Hòa Thượng Thích Quảng Đức đã làm ông suy ngẫm thêm...

Người tự tìm đến cái chết có thể là vì họ sợ sống hơn là chết. Nhưng trong lịch sử gần đây, chúng ta đã chứng kiến nhiều vụ tuẫn tiết oai hùng của các tướng lãnh Việt Nam Cộng Hòa sau 1975. Họ đã nói lên lập trường dứt khoát: thà chết còn hơn là sống nhục! Chắc chắn các vị này không phải là những người điên loạn hay cuồng trí, mà trái lại họ tìm đến cái chết vì họ đã nhận lấy trách nhiệm của sự thua trận, họ đồng hóa cuộc sống với đoàn thể mà họ chiến đấu. Đó là một hành động chết vì lý tưởng.

Cuộc tự vẫn của Nhất Linh là do hai động lực chính: một là vì lý tương tự do mà ông hằng theo đuổi, hai là vì trách nhiệm đối với đồng chí của mình. Ông sửa soạn cái chết một cách rất tỉnh táo: Cả tuần lễ trước đó, ông đến thăm, cốt để từ giã - bạn bè và tham dự buổi họp của tổ chức Văn Bút Việt Nam (do ông sáng lập). Tại đây ông nói chuyện với các nhà văn trẻ và bầy tỏ sự quan tâm đến hiện tượng thiếu lý - tưởng trong giới văn nghệ sĩ thời bấy giờ. Bằng câu sau đây trong bản chúc thư: "tôi tự hủy mình để cảnh cáo những người chà đạp mọi thứ tự - do... ," ông đã can đảm nhận trách nhiệm về việc làm của mình. Cái chết của ông cũng làm rúng động chính quyền độc tài và sau đó Toà Án đã phải giảm án cho các đồng chí của ông.

Nhất Linh đã biến cái chết của mình thành một vũ khí chống lại độc tài, thể hiện lý tưởng của mình và nói lên sự dấn thân đến tận cùng của một con người sống có lý tưởng và trách nhiệm. Tất nhiên sự ra đi của ông là một mất mát lớn, không những cho gia đình, đồng chí, bạn bè mà còn cho cả một thế hệ yêu mến tác phẩm và con người ông. Người nghệ sĩ thường sáng tác ca tụng cái đẹp và đôi khi họ cũng sống như một tác phẩm của họ. Nếu cuộc đời Nhất Linh đã đẹp rồi thì cái chết của ông lại là một tác phẩm tuyệt đẹp cuối cùng của nhà văn. Ít ai có được một cái chết đang ghi nhớ như vậy.

NỖI LÒNG NGƯỜI VỀ

Cách đây ba mươi ba năm, vào một đêm không trăng không sao, gia đình tôi gồm hai vợ chồng với đứa con gái đầu lòng mới năm tuổi xuống ghe ở Bến Đình, Vũng Tàu, vượt biên đi tìm cuộc sống mới, để lại Việt Nam ngôi mộ mới xây cho đứa con thứ cùng biết bao kỷ niệm vui buồn của một thời thanh xuân. Kể từ ngày đó, mãi cho đến gần đây, lúc nào tôi cũng tha thiết mong có một ngày trở lại quê hương: Ngày về trong tâm trí tôi sẽ là một ngày vui vẻ, huy hoàng của một kẻ chiến thắng; và nhất là tôi sẽ tìm thấy lại thành phố thân yêu, hệt như trong ký ức và kỷ niệm êm đẹp của những thời đã qua. Nhưng ước mơ đó cho đến nay đã tàn phai theo thời gian. Ra đi lúc còn trai trẻ, hôm nay thì tôi đã trở nên một ông già, tuổi tác đã cao, không còn chờ đợi mãi được... Hơn nữa, do sự hối thúc của con cái bên Mỹ và người thân bên nhà, tháng mười vừa qua, gia đình chúng tôi đã làm một chuyến về lại Việt - Nam.

Gần đây, rất nhiều người quen đã về lại, họ đã kể cho nghe biết bao chi tiết về tình trạng và sinh hoạt cuộc sống hiện nay đang diễn ra ở trong nước.

Nhưng cái ý thức tò mò tìm xem những sự mới lạ cũng chỉ là một phần nhỏ nhoi trong mục đích của tôi. Ở sâu tâm tư tôi, đi tìm lại phong cảnh cũ, gặp lại người thân xưa như là một cách thức được xem lại một khúc phim của đời mình lại là điểm chính của chuyến về này. Có lẽ cũng như đám cá hồi, lúc nào cũng phải quay trở về con suối cũ, nơi nó đã sinh ra, để đẻ con rồi kiệt sức mà chết. Con người của mình cũng mang trong tâm khảm cái bản năng muốn trở lại làng quê để sống cho chót tuổi già rồi chết và được chôn tại đó... Tâm tư người Tây Phương thì có thể khác: Một khi đã ra đi, họ thường dứt khoát, ít màng đến chuyện trở về (?), họ chú trọng đến sự xả thân vào cuộc xây dựng cuộc sống mới, và hầu như họ chọn nơi cư trú đó làm quê hương. Có thể vì vậy mà họ thành lập được một nước hợp chủng giàu mạnh nhất thế giới chăng?

Sau khi chuyển đổi qua nhiều chuyến bay và ngồi trên phi cơ hơn cả hai chục tiếng đồng hồ, cuối cùng, trong đêm tối, qua cửa sổ kính máy bay, tôi nhìn xuống đất, thấy Sài - Gòn hiện ra lấp lánh như một tấm thảm kim cương: À... ta đã đến Hòn Ngọc Viễn Đông đây rồi! Trong tâm tư vẫn tưởng rằng mình đã vĩnh biệt hẳn quê hương... nhưng rồi cũng đã trở về; như bản nhạc của Nam Lộc (một kẻ đã ra đi lưu vong từ năm1975): "*Saigon ơi vĩnh biệt!... tôi xin hứa rằng tôi sẽ trở về...*" Lời hứa của nhạc sĩ có lẽ là một mơ ước hơn là một lời hứa được thốt lên trong cơn buồn tủi, tự an ủi chính mình như phải chứng kiến sự chia ly của một người yêu đã ra đi lấy chồng. Vì đã vĩnh biệt thì làm sao còn có thể có cơ hội gặp lại được nữa? Riêng tôi, dù còn kẹt lại Việt - Nam ngay sau đó, nhưng tôi cũng đã thấy mình mất Sài - Gòn kể từ ngày 30 tháng 4... Cái tên thân thương ấy cũng đã bị xóa đi!

Sinh ra ở Hà - Nội nhưng lớn lên ở Sài - Gòn và sống cả một quãng đời lâu dài: từ niên thiếu cho đến khi lớn lên đi học, đi lính rồi lại về phục vụ ở đó, rồi gặp người yêu (mà nay đã là vợ). Cho nên thành phố này, thành phố Sài Gòn, đối với tôi, đã là quê hương. Mà lạ lùng thay, quãng thời gian sinh sống ở Mỹ bây giờ hiển nhiên còn lâu hơn giai đoạn tương đối ngắn ngủi kia ở Sài Gòn, nhưng trong tôi vẫn hoàn toàn là con người Sài - Gòn chứ không thể là công dân xứ Bôn Sa được! Dường như cuộc sống trong hai, ba mươi năm đầu của con người ta mới chính là thời gian đã ấn định cho tâm tư tình cảm của mình, thời gian sống đầu đời ấy đã cấu tạo ra cá tính của mình, và nó sẽ theo đuổi mỗi người cho đến cuối đời?

Phía trong khu lấy hành lý của phi trường Tân Sơn Nhất có máy lạnh mát mẻ, nhưng khi vừa đẩy xe ra khỏi cửa để gặp người nhà ra đón thì cơn nóng nhiệt đới thình lình ập đến, ngột ngạt như bước vào mùa hè, dù thời tiết của khoảng nửa đêm cuối tháng Mười. Một rừng người chen chúc ồn ào tôi như lạc vào cái chợ bao quanh đoàn người về... ; may mắn tôi đã thấy người thân liền và nhận ra họ một cách dễ dàng, dù rằng trông ai cũng già đi với nhiều nét nhăn và vẻ khắc khổ hiện rõ trên khuôn mặt. Tay bắt mặt mừng và khắng khít hỏi han nhau, nhưng thoáng qua, trong ánh mắt, hình như có một khoảng ngăn cách nào đó khó tả, như thể thời gian mấy chục năm qua đã âm thầm làm thay đổi con người. Những thay đổi này đang hiện rõ ra trước mặt...

Cuộc chào đón cũng rất nhanh, rồi mọi người phải đối diện với thực tế: Kiếm xe ra về để còn được nghỉ đêm. Riêng cá nhân tôi, trong trạng thái thảng thốt mơ màng, khung cảnh được thân nhân đón tiếp diễn ra vẫn như trong một giấc mơ. Tôi bâng khuâng tự hỏi: chẳng lẽ là Sài - Gòn đây rồi sao?...

Chiếc xe taxi S. U. V bảy chỗ ngồi lăn bánh về khách sạn, chạy qua những phố phường giữa đêm khuya, nhưng cũng cần phải vượt qua nhiều xe gắn máy nghênh ngang hay luồn lách trên đường. Ngồi phía trước, người nhà quay đầu lại hỏi tôi: "Anh còn nhớ đường này không?". Nhìn ra ngoài, chỉ thấy liên tục những dáng nhà cao ở hai bên san sát nhau chiếm ra tận lề đường, toàn là những cửa hàng buôn bán, tôi trả lời: "Không nhận ra được gì... " Anh ta cười: "Đường Công Lý cũ đấy! Trước kia mình vẫn thường ra đây ăn phở... Sắp đến cầu... " Vừa lúc ấy, xe chạy qua cầu. Tôi thấy cái tháp chuông của chùa Vĩnh Nghiêm. Nhưng ngôi chùa hình như đã thu nhỏ hơn trước kia: Cái cổng chùa làm như muốn lẫn vào với nhà cửa xây cao bao quanh, nó lạc lõng giữa chốn sầm uất, như đóa hoa sen trên đống bùn, khiến tôi bâng khuâng ái ngại cho vấn đề tu hành của các vị sư... Chợt kỷ niệm cũ trở về với tôi: cũng trên sân bao quanh gác chuông này, vào một đêm ba mươi Tết năm nào, đã xa lắm rồi, tôi đưa người yêu đi viếng và dạo cảnh chùa; lúc đó, tôi chợt biết rằng mình đã yêu, và tự nhủ ước gì tôi lấy được nàng!...

Trong một tháng ở quê nhà, tôi cũng đã đi từ "Sài - Gòn ra Trung"và "Hà - Nội vô Nam" như bản nhạc của Trịnh Công Sơn. Nhưng thực tế mà tôi tiếp nhận được thì lại hoàn toànkhác ở nội dung của những lời ca tiếp theo đó: Tôi không thấy "trẻ con hát đồng dao ngoài đường " mà chỉ thấy ban ngày những em bé ốm đói đi bán vé số, về đêm chúng nằm ngủ trên hè phố bên cạnh cống rãnh hôi tanh (ăn xin bây giờ bị cấm nên chúng thay vào bằng hình thức đi bán số xố). Tôi cũng không thấy "mọi người ra phố mời rao nụ cười " mà chỉ là mọi người đổ xô ra đường để bán hàng, bán bất cứ cái gì, đa số là các món ăn vặt để kiếm sống, họ mời rao các thứ món hàng bên cạnh xe cộ qua lại bắn ra tung tóe bui bặm và khói đen! Lưu thông ở đường phố Sài Gòn ngày nay là cả một sự lạ cho khách du lịch: xe gắn máy đầy nghẹt tha hồ luồn lách, chen kẽ với xe hơi đủ loại, di chuyển luôn luôn chật kín cả lề đường như bầy kiến; và tiếng còi xe liên tục inh ỏi từ sáng sớm cho tới tận khuya. Nhưng lạ lùng thay là cũng ít xảy ra tai nạn. Có thể tại vì ai cũng phải chạy chậm lại, xe muốn đi chiều nào cũng được, muốn qua đường thì cứ việc băng qua, xe ngược chiều sẽ phải lách tránh, ngang dọc đủ mọi hướng... Mấy ngày đầu, ngồi ngắm nhìn phố xá, cả gia đình chúng tôi đều ngạc nhiên và thán phục tài lái xe của dân Sài - Gòn, họ lách qua luồn lại và tránh nhau trong tiếng còi bấm liên tục ầm ĩ. Cái việc ngồi sau xe gắn máy cũng làm tôi luôn hồi hộp sợ hãi vì họ chạy rất sát gần nhau, ngược chiều thì như muốn đâm xầm vào nhau, mà lại ít khi va chạm vào nhau! Còn cái vụ đi bộ qua đường thì chúng tôi cũng cần phải có người nhà dắt như dắt trẻ vậy!

Nhưng chỉ sau một tuần lễ, khi mà thấy ít ai đụng ai, tôi mới bắt đầu có cảm giác an tâm phần nào và nhận ra là lưu thông ở bên nhà có một luật bất thành văn: Đó là cứ phải trôi chảy như giòng nước, trên đường cứ chỗ nào trống là xấn vô, người nào tới trước thì đi, kẻ đến sau phải nhường và như vậy thì cuối cùng ai cũng có lối đi; có điều mọi người đều phải chạy chậm lại, và luôn cảnh giác để lấn tới và tránh né. Có lẽ, như nhiều thứ trên đời, chỉ có được một sự lựa chọn trong hai giải pháp: Hoặc như ở các nước Tây Phương là mọi di chuyển trên đường đều tuân theo luật lưu thông rõ ràng; hai là như ở xã hội Việt - Nam bây giờ, mọi người đều chạy xe theo luật vật lý tự nhiên của giòng nước trôi. Bởi vì không thể nào có một số dừng lại nơi đèn đỏ để nhường cho xe ngược chiều, trong khi ai nấy đều cũng cứ tà tà chạy. Nhưng rõ rệt là ở bên nhà bây giờ, ai cũng chạy chậm lại và luôn luôn phải luồn lách mà di chuyển, không cảm thấy phiền hà gì cả. Còn bên Pháp bên Mỹ mà chạy ẩu là bị bấm còi và người ta ló đầu ra chửi ngay. Theo suy nghĩ của tôi, với số lượng xe nhiều như vậy, nếu ai cũng phải tuân theo luật lưu thông, thì bắt buộc phải gấp gấp nới đường và đồng thời phải thêm các phương tiện giao thông công cộng khác cho kịp thời, chứ không thì chưa chắc là đã giải quyết ngay được nạn kẹt xe dài dài mãi...

Sự thay đổi giờ giấc làm cho tôi thức giấc rất sớm, và vào một đêm, lúc gần sáng, một cơn giông to ập tới, tạt nước mưa xối xả trên cửa kính phòng ngủ đánh thức tôi dậy. Đứng bên cửa sổ khách sạn nhìn ra ngoài, bên kia sông Thị - Nghè, gió từng cơn lay động tàn lá cây cao phủ kín cả một vùng Sở Thú, nằm im lìm là hồ tắm Yết Kiêu chiếu sáng bởi nhiều cột đèn. Xa xa phía bên phải là cây cầu trông mờ ảo khiến tôi không tin đó là cầu Thị - Nghè ngày xưa. Có lẽ cây cầu này đã được sửa sang lại nhiều lần?... Tôi chợt nhớ đến lần sau chót đi Sở - Thú là vài tuần trước khi vượt biên, vợ chồng tôi đưa đứa con gái đầu lòng vào đó chụp ảnh lưu niệm. Đứa bé lúc đó mới năm tuổi nay đã ba mươi tám rồi. Sáng mai tôi sẽ kể cho nó nghe về chuyến đi Sở Thú đó và khi về Mỹ sẽ cho xem lại những tấm ảnh cũ chụp chung với nó. Nghĩ về cái kỷ niệm xa xôi này, một niềm vui êm đềm, nhẹ nhàng len lén xâm chiếm trong tôi như tâm trạng xôn xao một cách mơ hồ của một người đi xa lâu mới trở về đến nhà...

Một việc thực tế và cần thiết khi vừa đặt chân đến quê nhà là đổi tiền để chi xài. Thường chỗ đổi dễ dàng và có giá cao là các tiệm vàng. Nhưng có điều lạ là người bên nhà thích tờ đô một trăm, nó ở đây có giá cao hơn hẳn các tờ giá trị nhỏ hơn. Có lẽ là do tiện dụng và dễ cất giữ. Ngoài ra tôi nghe nói thiên hạ cũng thích đồng hai đô, thật khác bên Mỹ: đồng bạc này ít được lưu hành. Nước ta bị ép buộc thống nhất đã từ lâu nhưng trên thực tế bày ra trước mắt tôi, đó chỉ là một sự nối liền không cân xứng giữa hai Miền: người ngoài Bắc xâm nhập, đóng đô, chiếm cứ và cai trị dân Miền Nam; trong khi đó, có một số dân Nam ra làm ăn ngoài Bắc thì đa số bị kỳ thị, không cạnh tranh nổi nên phải trở về Nam lại. Kể từ cuối thập niên 80, từ ngày có chính sách "cởi mở" đón nhận khách nước ngoài vào thì ở cái nước Xã Hội Chủ Nghĩa này lại nảy sinh ra một "giai cấp mới": đó là Việt kiều. Lúc họ ra đi, bị mang danh là loại phản bội, Việt gian bám chân đế quốc, nay họ được rêu rao là "Việt kiều yêu nước". Đi đâu họ cũng được trọng vọng và nhìn bằng đôi mắt thèm thuồng, chỉ là vì họ đều tiêu tiền ngoại nhiều so với người trong nước. Cũng có thể một số "nổ" vung vít tiền nên ai cũng kính nể, cũng có thể họ được thấm nhuần nền văn minh Tây Âu nên ăn nói lễ phép, ăn mặc sạch sẽ khác hẳn người bản xứ, chả thế mà bọn Việt kiều này (trong đó có cả tôi) mang một mặc cảm "tự tôn" không nhỏ. Không tự tôn sao được khi đi đâu có tiền cũng dễ dàng, không phải bon chen, mặc cả từng đồng hay lo lắng kiếm sống từng ngày. Trong hoàn cảnh nghèo khổ thì có lẽ đa số cũng như họ mà thôi. Đó là thời kỳ mười, mười lăm năm trở về trước. Bây giờ thì tầng lớp "đại gia" trong nước đã thay thế vị thế ấy rồi, việt kiều chỉ còn là 'con mòng' ngây thơ để cho người ta lừa bịp và lợi dụng thôi. Còn đại đa số dân cư, nhất là ở nông thôn, thì mỗi lúc thêm nhiều tầng áp bức tàn bạo, nghèo khổ đến mạp rệp luôn!...

Trong tuần lễ đầu tiên, chúng tôi được người nhà, bạn bè dẫn đi tìm mấy nhà hàng tiêu biểu để nếm thử nhiều món ăn thuần túy Việt - Nam: Từ phở, chè cháo, các thứ bánh cho đến các món nhậu, món ăn ngoài hè phố, hàng rong... v. v... Ăn cũng thấy ngon miệng, từ nơi rẻ cho đến chỗ đắt tiền. Phải chăng khẩu vị của mỗi người đã được ấn định từ khi còn nhỏ, lúc ấy ăn thấy thế nào thì thường cả đời giữ như thế? Nhưng có điều lạ là đến mấy tuần lễ sau, ăn không còn được khoái khẩu như lúc đầu nữa! Bây giờ, ngẫm nghĩ lại ngoài một số món rất đặc biệt ra, còn đa số thì có lẽ không đâu ngon bằng những tiệm ở xứ Bôn Sa. Lẽ dĩ nhiên đây chỉ là một nhận xét cá nhân của tôi thôi vì chiếu theo nghệ thuật ẩm thực, cũng như mọi thứ nghệ thuật khác đều mang tính chủ quan, mọi người có sở thích riêng (Chẳng hạn tôi đã nghe nhiều người lên tiếng chê cải lương là thứ nghệ thuật bình dân, rõ rệt nhận định này là một "sỉ nhục" cho tôi, vì tôi rất thích cải lương!) Cũng như trong nhiều bàn tiệc, tôi được nghe nhiều vị lên tiếng chỉ bảo người khác về cách ăn uống, cho là phải ăn uống như họ thì mới biết thưởng thức và cao siêu. Cũng như có nhiều chủ nhà mang khoe chai rượu mua đắt tiền cho khách trước khi mời họ uống. Đây cũng lại là điều khó chịu cho tôi vì tôi là người chỉ uống rượu rẻ tiền, và theo tôi thì rượu ngon không nhất thiết có liên hệ đến giá tiền (có lẽ các vị kinh tế gia đồng ý chăng?).

Sau nhiều ngày tìm kiếm người bạn cũ không ra, vào giờ chót, vợ tôi may mắn bắt được liên lạc, chỉ vài ngày trước khi phải lên đường trở về Mỹ. Nghe giọng nói mừng rỡ của vợ khi nói chuyện qua điện thoại với bạn xưa, lòng tôi cũng vui lây. Hôm sau, chúng tôi vội vã lấy xe đi Bình Dương gặp gia đình cô bạn. Xe chạy sau hơn một tiếng từ Gò Vấp, nơi chúng tôi ở, thì đã vào thị xã Thủ Dầu Một. Mặc dầu là một thị xã nhỏ, nhiều nhà cửa cũng xây cất cao, xe cộ cũng lại đông đúc không thua gì Sài - Gòn. Nhà hơi khó kiếm vì, ngoài đường phố tên mới tên cũ ra còn có số nhà mới số cũ ngang dọc lộn xộn nữa. Dù đã xa nhau trên ba mươi năm, người bạn xưa vẫn dễ nhận ra vì nét chính không thay đổi, vẫn đôi mắt đó, tiếng nói và dáng điệu như cũ... Đột nhiên tôi tự hỏi, không biết bề trong của họ có gì biến đổi chăng? Ảnh hưởng của thời gian, của bao nhiêu cảnh thăng trầm của đất nước có làm cho họ suy nghĩ khác đi với chúng tôi hay không? Nhưng chỉ sau vài câu xã giao, tôi biết ngay là người bạn còn cởi mở tâm tình và tình bạn từ thửa nào vẫn nguyên vẹn, một điều khó kiếm trên đời này, dù ở Mỹ hay bên nhà. Những cuộc hội ngộ như vậy đối với tôi là điểm đáng ghi nhớ.

Trong chuyến trở về này, tôi đã đi lại con đường Duy Tân của trường Luật, nơi tôi đã học qua. Con đường Nguyễn Du, nơi tôi đã từng chạy xe để đến sở làm. Tôi cũng đã trở về thăm ngôi nhà cũ ở đường Nguyễn Bỉnh Khiêm, nơi tôi đã sống những ngày thơ ấu êm đềm... nhưng tôi có cảm giác hình như không phải là con đường cũ, căn nhà cũ nữa mà là một con đường đông nghẹt xe cộ, bụi bặm với tiếng còi xe cộ inh ỏi suốt ngày. Nơi đây là nơi nào - tôi tự hỏi - cảnh vật có vẻ xa lạ, tại sao vậy? Hay tôi đã trở thành một kẻ xa lạ trên chính quê hương của mình?

CHAI RƯỢU MỪNG

H oạt cảnh ngắn.

Hai Màn, Hai Cảnh

Các Vai: <u>Vũ</u>, khoảng 50 tuổi, cựu Sĩ Quan, làm thợ tiện.

<u>Lan</u>, vợ Vũ, khoảng 40 tuổi, chủ tiệm móng tay.

<u>Bích</u>, con gái Vũ - Lan, 25 tuổi, đi học và làm thợ móng tay phụ mẹ.

<u>Châu</u>, 52 tuổi, cựu Sĩ Quan bạn tù của Vũ, làm cùng hãng tiện.

<u>Văn</u>, 55 tuổi, anh của Lan, cựu Sĩ Quan, làm kỹ sư.

<u>Long</u>, kỹ sư 30 tuổi, bạn của Bích và gia đình.

<u>Liên</u>, 35 tuổi, em Lan, chủ tiệm móng tay.

Màn một, cảnh một

Câu chuyện xảy ra cách đây mười hai năm, khoảng năm 2000 ở miền Bắc Ca - Li. Cảnh ở bếp của một căn nhà trung bình, có bàn ăn, cửa sổ nhìn ra vườn, vào một buổi chiều thứ bảy gần Tết. Nhạc đệm bản "Em đến thăm anh một chiều mưa" của Tô Vũ. Nhạc đệm kéo dài 15 giây, rồi nhỏ dần...

Vũ mở cửa bước vào, mặc đồng phục theo kiểu thợ thuyền, màu xanh đậm, cởi chiếc áo khoác ngoài mắc lên cửa, mặc dầu biết Lan không có nhà vì không thấy có xe đậu ở ngoài đường, nhưng vẫn gọi vợ, nói lớn:

Vũ:

- Lan ơi! Anh mới về này...

Nhìn trước sau rồi từ bếp chàng bước vào phòng trong kiếm vợ - không thấy có nhà - đi ra bếp rồi đến cửa sổ nhìn ra ngoài, trời đang mưa, (có tiếng mưa rơi và nước mưa hắt vào cửa kính) buồn rầu, mắt mơ màng, nói một mình giọng nói chậm chạp như than vãn... :

Vũ:

"Lạ nhỉ, ít khi Lan trễ hẹn làm mà sao giờ này chưa ở tiệm nail về để nấu đồ nhậu cho mình? Chiều nay hẹn anh vợ và bạn tù vào lúc sáu giờ - *đưa tay lên xem đồng hồ* - mà bây giờ đã ba giờ rồi mà chưa thấy về... - *ngừng một lát* - Mới qua Mỹ có mấy năm mà sao bà này đã thay đổi dữ vậy hả? Lo kiếm tiền và đi hoài, ít khi có nhà. Mỗi lần nói đến việc: thôi bớt làm ở nhà để lo nội trợ, cơm nước, hưởng cái tuổi già - *mỉm cười* - thì cũng sắp già rồi, thì hai đứa lại bất đồng ý kiến, cãi vã, lộn xộn, không biết giải quyết sao và biết than cùng ai đây... Mình làm thợ tiện mới mấy năm, tay nghề còn non, đâu có kiếm ra đủ tiền mua nhà, sắm xe. Còn Lan có cái tiệm nail cũng đỡ...Hay nói cô ta sang quách tiệm đi rồi đi làm công vậy mà khỏe, giờ giấc nhất định... Vào cuối năm ở Sài - Gòn bên mình trời khô ráo, còn bên này thì lại mưa như tháng Tư bên mình... Vợ chồng đôi ta có nhiều kỷ niệm với nhau, mỗi lần nhìn mưa rơi như thế này... quen nhau cũng trời mưa, lần đầu tiên đưa em đi làm về trời cũng mưa, vào trú bên hàng hiên nhà người ta... từ đó mình yêu nhau... hôm rước dâu lại mưa như lũ... Bao nhiêu năm qua rồi nhỉ? Bây giờ thì khác xưa nhiều, đi đâu cũng có xe hơi, mưa hay không mưa cũng vậy thôi, không thành vấn đề. Vấn để bây giờ là xe nào, kiểu gì, mới hay cũ... nào phải cần là Mercedes, Lexus, còn như Honda, Toyota thì xoàng quá... Tuổi đời mình cũng đã nhiều rồi mà chưa có sự nghiệp, cơ ngơi nhà cửa gì cả... phải chi đừng có thua Cộng sản thì chắc mình cũng đã xong cái bằng Luật, bây giờ chắc là ông thẩm phán hay luật sư gì đó, chẳng những có danh mà còn có tiền nữa! Đâu có là thợ tiện, cựu trung úy tù nhân HO như thế này... Bây giờ chắc cô ta đang lo cầm tay cầm chân khách hàng, đâu có thì giờ mà nhìn mưa như mình... " *thở dài, than vãn...*

Có tiếng mở cửa rồi Bích bước vào, ăn mặc sang trọng, trang điểm vừa phải, trông trẻ trung, nhanh nhẹn, tay xách nhiều túi đồ chợ, chồng thư mới lấy, để lên bàn ăn. Vũ quay lại rồi đi về phía giữa sân khấu, vẻ ngạc nhiên vì không thấy vợ đâu lên tiếng hỏi:

Vũ:

- Mẹ đâu con?

Bích:

vừa sắp đồ mua lên bàn, và để chồng thư một bên

- Mẹ nói bữa nầy có khách, không về sớm được, sai con đưa đồ chợ về trước rồi phụ Ba nấu món gì cầy, cầy đó...

Vũ cười rồi phụ con xếp đồ lên bàn, liếc nhìn không thấy có chai rượu nào cả:

Vũ:

- Món giả cầy, tức là giả thịt chó đó mà, con không biết sao? Nhưng mà Ba đâu có biết nấu. Tiệm đông khách thì đông khách, có cô Liên phụ làm không được à? Ủa, còn chai XO của Ba đâu?

Bích:

ngừng tay nhìn Vũ

- Ba à, tiệm mình lâu lâu mới có vài người khách đến muộn bất ngờ thì phải làm chứ không khách người ta đi chỗ khác hết. Cô Liên còn có tiệm của cổ đông khách lắm, cô ý đâu có ở lâu phụ được, ba. Mẹ nói chai rượu đó mắc quá không mua nữa, Ba uống tạm bia đi. Mẹ còn nói uống rượu mạnh hại gan, ba không nên uống nhiều...Mà ở Việt - Nam ba có ăn thịt chó thiệt hả?

Hai cha con lúi húi ở bếp để làm đồ ăn

Vũ:

- Có chứ, thịt chó ngon lắm, có thể nói ngon nhất trong tất cả các loại thịt. Nhưng bây giờ chắc ba không muốn ăn nó nữa. Ở mỗi hoàn cảnh, mình một khác. Nhiều khi không biết nên không ý thức hành động của mình, con chó có tình với chủ mà ai nỡ ăn thịt nó... Trước kia lúc ông nội con còn sống, bao giờ cũng muốn có một chai rượu ngon trên bàn thờ cúng giao thừa rồi mấy ngày Tết đãi bạn bè đến nhà chơi. Lâu rồi ba không để ý cái vụ này, bây giờ qua đây, ba muốn làm lại cái truyền thống đó. Nhưng mà thôi không có cũng không sao, rồi sau này con cũng thành Mỹ, đâu có còn cúng bái làm gì nữa. Ố chà cha, hai cha con mình kẹt rồi làm sao nấu cái món này đây?...

Bích móc áo ra lấy tờ giấy vừa đọc vừa nói với Vũ :

Bích:

- Đây là cách ướp cái chân giò này Ba: mình cần có riềng,

yaourt, mắm tôm và một chút bột nghệ rồi ướp, lát nữa Mẹ về Mẹ nấu.

Vũ:

- Ba đâu có biết mấy thứ này để ở đâu?

Bích:

- Để con lấy cho, Ba rửa rau rồi luộc bún đi...

Bích cúi xuống mở tủ kiếm lấy ra từng món, ...

Vũ bắt đầu lấy các thứ ra bếp, vừa làm vừa hỏi thăm con gái:

Vũ:

- Con vừa đi làm nail phụ mẹ vừa đi học, có kẹt thời giờ không? Hay là con bớt đi làm để mà còn học, chứ sinh ngữ mình kém thì không qua được các lớp khó. À này con, mấy cái tờ đơn xin mượn tiền nhà băng vay tiền học ba đâu có biết làm, hay là con nhờ anh Long điền rồi ba ký, được không?

Bích:

- Con ngại nhờ anh Long quá, mình ở bên này thì phải học theo Mỹ chứ, cái gì mình cũng phải làm lấy Ba à. Còn phải nộp nó vào tuần tới đó nhé ba, ba đừng có quên, con thấy con bác Châu đã làm xong xuôi hết rồi đó. À năm nay Tết nhà mình có làm gì không Ba? Tuần tới là Tết rồi... sao còn chưa thấy nhà mình sửa soạn gì hết vậy?

Vũ:

- Ba muốn chuẩn bị cho Tết nhưng Mẹ con nói bận rộn quá thì khỏi cần, chỉ cúng qua loa thôi. Mẹ muốn kiếm tiền rồi mua nhà riêng chứ đi ở thuê hoài cũng uổng tiền. Ba cũng không biết sao, mình ở Việt - Nam cực khổ nên nếu có cơ hội làm tiền là làm thôi. Ba Mẹ qua đây trễ, lớn tuổi nên phải gắng làm bù, nhưng Ba cũng không biết tính sao: nhiều khi muốn tiền mà rồi cũng không ham lắm...

Bích:

- Này Ba, cái đèn trước xe con nó bị hư rồi. Tối qua cảnh sát cho con cái warning, Ba thay cho con đi... nhưng ba đừng có nhờ anh Long, con không muốn ảnh hiểu lầm về con, con chỉ coi ảnh như một người bạn thôi...

Vũ:

- Ba muốn hỏi ý kiến con về Long thế nào? Ba thấy nó tuy không đẹp trai cho lắm nhưng học giỏi, làm kỹ sư điện toán cho hãng lớn và gia đình cũng đàng hoàng đấy chứ? Nó có nói chuyện gì nhiều với con không?

Có tiếng gõ cửa, Bích đi ra mở cửa:

Bích:

- À anh Long. Mời anh vào nhà.

Long bước vào, mặc quần áo tươm tất sang trọng của tuýt người làm văn phòng, cravate, complet, quay về phía Vũ rồi Bích:

Long:

- Cháu chào bác.

Vũ:

- Chào cháu, ba má cháu bên nhà có khỏe không?... Mà bên nhà cháu đã sửa soạn Tết gì chưa?

Long:

nhìn chăm chú vào Bích rồi mỉm cười

- Thưa bác, ba má cháu năm nay đi cruise hai tuần, không có ở nhà. Nhà cháu năm nay coi như không ăn Tết. Ba má cháu muốn đi xa để khỏi lo bận bịu gì về Tết nhất. Mấy bữa nữa cháu rủ Bích đi chợ Tết và chợ hoa, được không bác?

Vũ:

vẫn vừa lo làm vừa nói

- Cháu hỏi nó, chứ bác đâu có gì trở ngại...Ba má cháu bên nhà may mắn qua đây từ 75, nhà cửa ngon lành, các con cũng đều thành tài. Hai bác qua đây muộn màng nên chịu nhiều thiệt thòi, bác thì bị đi tù nhiều năm, khi về thì chả còn gì. Lúc ở Việt - Nam bác chỉ là thằng lính, không có mảnh bằng gì ráo, qua đây thì đi làm thợ kiếm sống qua ngày...Thôi, nhưng coi vậy bác thấy mình cũng may mắn hơn bao nhiêu người đang còn lao đao khổ cực ở bên nhà...Tuy nhiên cái khó khăn ở bên này cũng có chứ không phải đây là thiên đàng đâu, bác thấy người Việt ta họ hay đua đòi đủ thứ, chạy theo đồng tiền rồi nhà cửa lộn xộn, con cái hư hỏng. Lẽ ra mình qua được đây làm lại cuộc sống mới mà rồi lại hóa ra sai lạc đến như vậy sao! Bác thấy mình phải đừng để bị mất đi cái bản chất làm con người sống lương thiện...Nhưng cái khó là làm sao vẫn hội nhập với văn hóa tây phương ở xã hội này mà còn giữ được bản chất người Việt đây?

vừa lắc đầu vừa chắc lưỡi

Long:

cảm thấy đứng không một mình, nhìn Vũ nói

- Cháu giúp bác và Bích nhặt rau nhe?

Bích:

nhìn Long cười

- Thôi anh Long à, công tử con nhà giàu mà làm chi cho dơ tay kỹ sư!

Long:

- Cô Bích này! chọc quê cháu hoài, bác à.

Nói xong, Long vẫn đến bên cạnh Bích đứng, phụ làm. Cả ba

người đều bận rộn làm đồ ăn. Long và Bích có vẻ không chú ý lắm đến nội dung câu chuyện Vũ nói. Không thấy phản ứng hay đóng góp của ai, nhưng Vũ lại cứ nói tiếp.

Vũ:

- Như việc học hành của Bích cũng vậy, bác khuyên nó nên học cái gì mình thích, chứ đừng nghe bạn bè hùa theo computer để dễ kiếm tiền. Ở bên nhà trước kia thì ai cũng chỉ thích con cái làm bác - sĩ hay kỹ - sư mà coi rẻ các nghề khác, làm như vậy xã - hội đâu có tiến được. Bác sĩ tất nhiên rất tốt, nhưng phải thích hợp với nghề thuốc mới nên theo đuổi, chứ học chỉ vì để kiếm danh vọng tiền tài như nhiều bác - sĩ Việt - Nam thì chẳng nên. Nhưng má nó thì lại khác... Mà thôi, chuyện trong nhà bao giờ cũng sai khác nhau, gây nhiều tranh cãi, rồi đâm ra xích mích không đâu vào đâu cả. Cháu nhỉ?

Long:

- Bác nói vậy chứ tụi Mỹ là tổ sư vật chất, tụi nó chỉ có tiền thôi. Tuy nhiên cũng đúng như bác nói, nếu làm nghề mình thích thì có cuộc sống thú vị và dễ tiến trong ngành nghề. Nhưng ít ai biết mình muốn gì, phải không bác? Cứ kiếm ra nhiều tiền rồi tính sau, bất quá thì đổi nghề khác, có sao đâu bác... Tại vì cháu không biết Bích thích học gì nên cháu khuyên đi học computer, thì cháu có thể giúp được nhiều. Nhưng cũng tùy Bích thôi. Phải không Bích?

Nghe nói về mình, Bích lên tiếng phân trần.

Bích:

- Anh Long lúc nào cũng về hùa theo ba. Con thì đơn giản nghĩ, đi học là để sau khi ra trường có nghề kiếm tiền, kiếm được nhiều tiền bao nhiêu càng tốt bấy nhiêu, cho bõ cái công đi học...

Vũ:

nhìn con âu yếm

- Cái con này, giống mẹ mày quá đi thôi! Không có lý luận với nó được, nhất là đang khi cần tiền mua chai XO mà không có... (*mỉm cười một mình*)

Bích nhìn đồng hồ.

Bích:

- Gần năm giờ rồi ba, con phải đi ra tiệm phụ mẹ. À ba nè, có thư Việt - Nam của cô Quỳnh đó, ba mở ra coi đi... Nhưng xe con đi tối đâu có được, hay là con lấy xe ba đi nhe?

Vũ:

- Ờ, con lấy xe ba mà đi. Chìa khóa trên bàn này... Thư từ Việt - Nam thường chỉ mục đích xin tiền, chứ có gì khác lạ nữa đâu. Để đó rồi ba coi sau.

Long:

đứng dậy

- Bích à! Hay là anh đưa đi rồi tối em về với bác gái, như vậy đỡ tốn xăng, lại vừa tiện hơn...

Bích:

ra đến cửa rồi dừng lại quay về phía Long

- Có phiền anh quá vậy không anh Long?... Thôi thì như vậy cũng tiện... Con đi nghe ba. Vậy ba nấu cái món thịt chó của ba đi nhe.

Hai người rửa tay rồi bước ra. Vũ nhìn theo Long và Bích. Chàng đặt bếp nấu rồi sắp xếp đồ trên bàn xong, lại ra phía cửa sổ nhìn ra ngoài. Nói một mình (Phát âm lại giọng của Vũ nói từ phía hậu trường, chậm chạp và êm ái...) Cho đèn sân khấu tối lại, chỉ chiếu sáng vào mặt Vũ gần cửa sổ... Ngoài trời vẫn mưa, hạt mưa rơi vào cửa kính...

Vũ:

"Năm nào cũng gửi tiền về Việt - Nam cho nó ăn Tết; mà năm nay thì Lan chỉ lo gửi cho bên ngoại rồi như không muốn gửi cho em Quỳnh nữa, tội nghiệp, nó nghèo quá lại bệnh hoạn... Mấy hôm nay mưa hoài, mưa Ca - Li thì không giống như mưa Sài - Gòn: nó có thể kéo dài dai dẳng, ngày này qua ngày kia; còn ở Sài - Gòn thì cơn mưa thường rào rồi tạnh, trời lại sáng... Hồi đó cứ mỗi lần mưa là có Lan bên cạnh, đôi ta hay đi dưới mưa, lúc đó sao ấm cúng và hạnh phúc... Nay thì em cứ đi kiếm tiền và lo tương lai mà quên đi kỷ niệm của chúng mình... Ai mà không cần có quá khứ vì chỉ có nó mới bảo đảm cho tương lai; ngược lại cũng không một ai muốn làm tù nhân của dĩ vãng mãi...Nhưng mình cũng không thể đánh đổi tất cả kỷ niệm để chỉ chăm chú làm lại cuộc đời mới... Mỗi người không chỉ là hình ảnh đang có ở trong gương đây thôi mà là hàng trăm, hàng ngàn hình bóng cũ - mới, chồng chất lên nhau mà tạo nên bộ dạng của khuôn mặt mình. Cá tính của một người là do kinh nghiệm tạo nên, là phản ứng, là cách cư xử trước mọi hoàn cảnh, nhất là hoàn cảnh khắc nghiệt; và mỗi người chỉ khác nhau ở quyết định của mình, hơn nhau là ở chỗ đó, nó tạo nên cá tính của con người... Nhưng cuối cùng, cái gì sẽ thắng: hoàn cảnh hay tình yêu; truyền thống hay hội nhập; quá khứ hay tương lai? (*hát khẽ*:... *Người ngồi xuống xin mưa đầy, trên hai tay cơn đau dài. Người nằm xuống nghe tiếng ru, cuộc đời đó có bao_lâu mà hững hờ... ... - đoạn cuối của bản nhạc Mưa Hồng của Trịnh Công Sơn -*).

Quay về bếp, Vũ loay hoay sắp xếp các thức ăn, bát chén trên bàn. Đang làm thì có tiếng gõ cửa. Vũ ra mở cửa. Văn bước vào, quần áo sang trọng, cravate, complet, như đi làm về, tay cầm chai rượu Martell và ôm két bia Heineken, để trên bàn, ngồi xuống ghế...

Vũ:

- Anh Văn... mới nhớ tới anh, tính gọi anh mang chai rượu qua thì anh đã đến.

Văn:

- Lan chưa về hả chú. Nó làm việc quá trời vậy? Chắc mới qua nên lại lo kiếm tiền mua nhà chắc?

Vũ:

- Chưa về anh ạ, Em có nói Tết nhất, thôi lo về sớm... Mà chắc không có ai trông tiệm cho...

Văn:

- Anh cứ nghĩ mãi về cái ngày 30 tháng Tư, gia đình chú mà đi theo anh ra bến Bạch Đằng thì đi được rồi. Bao nhiêu người liều mạng đi như vậy mà thoát. Mà cũng chẳng sao đoán trước được: Hồi đó thì không dám đi tàu Hải - Quân, thế rồi sau thì cũng phải đi bằng cái ghe đánh cá nhỏ xíu, biết bao đã chết chìm trên biển cả... Chú hồi đó cứ sợ con Bích vừa mới được có hai tháng tuổi xuống tầu đi ra biển không chịu nổi... Mà cũng là số, bây giờ cô chú qua đây được là may mắn rồi...

Vũ:

vẻ mặt buồn rầu

- Em cũng tiếc không qua được bên này hồi năm 75, khiến gia đình em phải chịu nhiều cảnh đoạn trường với cộng sản. Thôi, đúng như anh vừa nói, cũng là cái số cả. Nhiều người qua đây sớm mà rồi gia đình lại phải tan nát, ly dị, con cái hư hỏng, thì sao? Tụi em lại rất may mắn: có anh chị giúp đỡ lúc khó khăn. Em mang ơn anh chị nhiều...

Văn:

- Chú nhắc đến ơn nghĩa làm chi, chú qua đây có công ăn việc làm là tốt rồi. Theo anh thì gia đình, con cái là quan trọng nhất; kế là đến sức khỏe chứ đâu có phải nhà cao cửa rộng, giàu sang phú quý... Hôm nay chú mời ai đến ăn nữa vậy?

Vũ:

- Đâu có ai đâu anh, chỉ có Châu là bạn em cùng đơn vị rồi đi tù chung một thời gian dài ở ngoài Bắc và Long là bạn con Bích nữa thôi. Chắc trước đây anh có gặp Châu rồi, nó hay đến nhà em chơi mà lâu nay không gặp, có lẽ anh quên. Tụi em cùng chung đơn vị rồi hai đứa đi tù với nhau lâu dài. Nó tốt lắm, trong tù nó cũng giúp đỡ em, em rất quý hai vợ chồng tụi nó... Long nó vừa chở Bích ra tiệm rồi vòng lại đây nhậu với anh em mình. Nó cũng là kỹ sư, học giỏi lắm; nó theo đuổi Bích lâu rồi mà không biết Bích nó có chịu Long không? Em để cho tụi nó có thời gian quen biết nhau rồi tự tính lấy.

Văn:

- Độ rầy tiệm nail có khá không?

Vũ:

- Lình xình thôi anh ơi, bây giờ họ ra nhiều tiệm cạnh tranh nên cũng không khá lắm. Tiệm chỉ có thợ chính là Lan; Liên, Bích thỉnh thoảng đến phụ chút đỉnh; em thì ra phụ dọn dẹp. Tiệm của Liên thì đông khách lắm, nó có tới mười người thợ lận. Lâu lâu nó cũng đến giúp cho Lan; nó có đề nghị Lan bỏ tiệm rồi qua làm công cho nó cho có nhiều thì giờ ở nhà hơn...

Văn:

- Anh nghe nói cô chú lo gửi tiền về giúp Má ở bên nhà nhiều lắm, anh cũng mừng. Hôm rồi có người quen về, anh gửi Má chút quà. Khi họ qua lại đây, có kể là nhà Má mình dễ kiếm quá vì căn lầu cao nhất xóm vô tới hẻm là thấy nó chình ình. Má cũng hãnh diện về các em lắm... Anh gửi giúp cho Má không bao nhiêu. ;anh làm lương vậy chứ chú cũng biế, t bên này lớn thuyền thì lớn sóng mà.

Vũ:

- Em cũng có nói với Lan là bên đó xây nhà xong rồi thì lo đến bên này cho mình có nhà với người ta nhưng cô nói là để lo xong bên đó rồi tới phiên mình. Nhưng mà rồi bây giờ tiệm xuống rồi, không biết tính sao nữa... Thôi kệ, tới đâu hay tới đó, anh ạ.

Có tiếng gõ cửa, Vũ ra mở, Châu đi vào, cũng mặc bộ đồ thợ xanh đậm như Vũ, .

- À anh Châu, mời anh vô... Có anh Văn tới rồi... Mời các anh ngồi vô bàn.

Văn:

đứng dậy bắt tay Châu rồi ngồi xuống

- Vũ mở chai Martell anh mang qua đi. Mình có chờ Long không?

Vũ:

Mở chai rượu, cho đá vào ly, rót rượu rồi rót thêm soda

- Anh Châu này, tôi có hứa mình hôm nay uống chai Hennessey mà bà xã thấy tốn tiền không cho mua, may có anh Văn mang đến chai Martell...

Châu:

- Vũ à, ông cứ bày đặt Martell với Hennessy chứ tôi thấy loại nào cũng vậy, uống đều ngon hết, mình đâu có phải là dân sành nhậu gì đâu mà lo. Chị Lan làm vậy tốt đó... thời buổi kiệm ước... Tôi vẫn nhớ mãi, nhờ mấy chị đi thăm nuôi vất vả trong bao nhiêu năm mình mới có ngày về và vui như hôm nay... Bọn mình đều mang ơn mấy bà vợ.

Ba người ngồi vào bàn. Châu, Văn nhìn vào mâm cơm

Châu:

- Nghe nói hôm nay có món giả cầy của người Bắc...

Vũ:

- Giả cầy ăn sau vì chưa nấu, mình nhậu gỏi tôm sứa và bê thui trước. Lát nữa bà xã về nấu món đó, mình ăn với bún.

Châu:

- Không được, món giả cầy phải hầm lâu mới ngon mà chờ nội tướng về mới nấu thì hỏng hết. Đâu đưa đây cho tên bắc kỳ này nấu cho: "sống trên đời ăn món giả cầy, chết xuống âm phủ biết có hay không?"

Vũ:

- Đây, anh Châu, đã ướp sẵn sàng rồi này.

Châu bước ra bếp lo nấu, Long gõ cửa rồi mở cửa đi vào...

Vũ:

- Long vô ngồi luôn đi, cháu biết bác Châu mà hé?

Long:

- Cháu chào hai bác.

Châu và Văn bắt tay Long. Châu vẫn lo nấu ở bếp... trong lúc đó ai cũng lo sắp xếp bàn ăn, sau một lúc...

Châu:

đi ra bàn ngồi

- Rồi. Để lửa liu riu lát nữa là ăn được rồi. Mình bắt đầu ngồi vô bàn đi các bạn.

Vũ:

đứng nâng ly lên cao

- Xin mời nâng ly, nhân dịp cuối năm, Tết đến, xin chúc

mọi người được nhiều sức khỏe và năm mới an khang hạnh phúc.

Tất cả đều nâng ly

Châu:

- Chúc gia chủ, anh Văn, và Long năm mới vui vẻ và phát tài.

Văn:

- Tôi xin chúc tất cả năm mới mọi sự như ý.

Long:

- Cháu cũng xin chúc các bác năm mới an lành, hạnh phúc.

Mọi người cụng ly nhau rồi bắt đầu ăn uống...

Châu:

vừa gắp đồ ăn,

- Nay Vũ à, thật chúng ta không thể ngờ là có ngày hôm nay phải không bạn, bọn mình phây phả ngồi uống rượu ở nơi xứ cờ hoa giàu có này, đâu có biết là lúc trước ở trong rừng sâu Yên Bái, đói quặn ruột, đói dài ngày mà kiếm không ra một mẩu khoai mì để nhét vào cái bụng trống rỗng... Có lẽ cũng vì vậy mà lúc đó nhiều tay chịu không nổi bèn đi làm ăng ten, đâm sau lưng anh em, thật buồn cho thế thái nhân tình... Tụi nó bây giờ cũng đang ở đâu đây, ít có dám ra mặt, tiếp xúc với anh em... Nhưng theo tôi thì bây giờ thôi cũng bỏ qua cho họ... Vũ thấy sao?

Vũ:

- Tôi cũng thấy vậy... Nhưng nhiều anh em còn hận sâu trong lòng, họ nhất định không chịu quên đâu nheng.

Văn:

- Tôi qua trước cũng nghe nói nhiều chuyện cực khổ nhục nhã trong nhà tù Cộng Sản. Đã sống như trong địa ngục vậy mà các anh chịu đựng được bao nhiêu năm là quá ư là đáng phục. Bây giờ chắc nhờ vậy mà các anh dễ phấn đấu hơn, so với bọn tôi không hề bị gian khổ?

Châu:

- Không hẳn đâu anh Văn: mọi hoàn cảnh có cái khó khăn riêng của nó cả. Với lại tranh đấu với ngoại cảnh còn dễ hơn là phấn đầu với chính bản thân mình. Bây giờ nhà cao cửa rộng, ăn uống no nê nhưng rồi cũng lại có vấn đề... gay go chứ không giản dị. Bởi vậy qua đây mới xẩy ra nhiều vụ ly dị, cha mẹ xa con cái, hoặc quên đi những truyền thống đẹp của chúng ta...

Vũ:

- Chuyện trong tù thì nói cả ngày không hết. Điều chính yếu có lẽ là bài học của những năm tháng ở tù là gì? Tôi nhớ mãi câu chuyện anh bạn tù nằm kế bên, vào khoảng gần Tết ở Lào Cai, trại Phong Quang, nơi mà ông Nguyễn Chí Thiện đã viết nhiều bài thơ tù bất hủ, lúc đó mỗi bữa ăn chỉ độc có một cục bột luộc to bằng nắm tay, trời thì lạnh, rồi một buổi sáng tụi công an bắt cả trại kiểm tra đồ cá nhân, thế là mỗi tù nhân ra sân ngồi rồi bày đồ đạc, quần áo của mình dưới đất để bị lục soát, tự nhiên, trước sự ngạc nhiên của mọi người, anh ta bầy 5 cục bột, để nằm trên cái chiếu, lúc đó đã khô và teo tóp lại nhưng coi còn ăn được, tên Quản Giáo tới chỗ anh kiểm soát rồi tịch thu mấy cục bột trước sự tiếc rẻ của anh! Đó là năm phần cơm mà anh đã không ăn, trong khi đang đói kinh khủng? mà tại sao lại để dành? Chắc chắn là anh không có âm mưu vượt ngục: anh rất ốm yếu, đi còn muốn không nổi. Trong những lúc khốn cùng, có những phản ứng hết sức lạ lùng, cái đói về sinh lý đã bị sức thuyết phục mãnh liệt chính mình về tâm lý no nó lấn át, nó quyết định: Thà là để dành cho có một chút an tâm còn hơn là ăn xong thì hết, vì dù sao thì đói cũng vẫn hoàn đói... Tôi cứ bị cái cảnh đau khổ đến tận bi thảm này nầy ám ảnh một thời gian rất lâu.

Mọi người gắp đồ ăn, tiếng chén bát kêu lẻng kẻng. Long nâng ly mời rượu rồi lên tiếng.

Long:

- Cháu xin hỏi hai bác. Đã đi tù lâu năm như vậy thì hai bác đã rút ra bài học gì cho cuộc sống?

Vũ và Châu đều nhìn nhau, cả hai suy nghĩ một chốc rồi Vũ nói trước:

Vũ:

- Bài học lớn nhất của bác là: sau khi sống dưới chế độ Cộng Sản thì mới thấy là ý thức hệ sai lầm không chỉ là một lý thuyết viển vông mà nó đã được tạo dựng để biến thành cái sức mạnh kinh khủng có thể làm khốn khổ nhiều thế hệ và tàn hại cả một nước như Việt - Nam. Bởi vậy trước đây mình cứ nghĩ chính trị chả trực tiếp dính dáng gì đến mình là sai lầm to, có sống dưới chế độ Cộng sản mới thấy mức độ kinh khủng không thể tưởng tượng của nó. Thứ hai nữa là dù ở chế độ nào cũng vậy, câu người xưa vẫn thường nói "nhất nghệ tinh nhất thân vinh" bao giờ cũng đúng, dù là ở trong tù, ví dụ như ở trong trại nếu được ở Đội nhà bếp thì lúc nào cũng đỡ đói. Bài học thứ ba cho cá nhân bác: Đó là bác tin vào tình yêu thương chân thật giữa con người với nhau, nó luôn luôn sẽ làm cho cuộc đời đáng sống, - *nói xong Vũ quay sang Châu* - Còn anh Châu thì nghĩ sao?

Châu:

- Bác Vũ đã nói đầy đủ quá rồi. Bác chỉ thêm một điều là ở trong tù thì như cá ở trên thớt, không có sự lựa chọn nào khác ngoài cái nghĩa sinh tồn để có ngày về với gia đình. Còn vợ con bác ở bên ngoài mới khổ hơn vì phải kiếm sống bằng nhiều cách, chính cái sự chọn lựa kiếm sống theo phương cách nào của họ mới là khó khăn và đáng kể.

Văn:

- Câu chuyện tù chỉ được cô đọng lại mà nghe quá buồn. Thôi tạm quên đi, và chúng ta hãy nhìn về tương lai. Xin mời nâng ly chúc sức khoẻ tất cả... Có điều ở bên Mỹ này thì trên thực tế rất trái khoáy với chuyện Tù Cộng Sản: Trong khi có quá nhiều đồ ăn ngon thì dân đã no lại không dám ăn, sợ cao máu và cholestero! Nói chơi cho vui thôi, chứ thà chết no còn hơn là chết đói, phải không các anh?

Tất cả đều phá lên cười lớn... màn hạ.

Màn Hai, Cảnh Hai

Cảnh chiều ba mươi Tết, phòng khách có bàn thờ lớn ở giữa, bộ ghế salon bên cạnh và có kê một bàn nhỏ để điện thoại và vài cuốn sách báo, phía bên phải có cửa sổ nhìn ra vườn, bàn thờ còn trống trải... Nhạc đệm nổi lên, rồi nhỏ dần... Lan mở cửa bước vào, tay xách nhiều túi trái cây, bánh chưng, mứt, một hộp đựng chai XO. Khi bước vào, Lan phủi quần áo vì đang mưa bên ngoài. Vào trong nhà, Lan để chai rượu khuất sau cột chân bàn thờ bên trái.

Lan:

nói một mình, lâu lâu nhìn ra cửa sổ xem trời mưa

- Năm nay sao trời mưa lâu quá... làm mình nhớ đến cái đêm rước dâu của mình: Cũng mưa như vậy, hồi đó mình còn nhỏ và ngây thơ, anh Vũ bảo sao làm vậy, tiền nong anh ấy nắm hết, bây giờ thì ngược hẳn, có ông chồng không biết lo gì, như đứa con nít... Nhất định mình không để bị đói khổ thiếu thốn như trước nữa, không có ai lo cho mình bằng chính mình. Thấm thoát vậy mà đã hai mươi tám năm rồi, bao nhiêu đổi thay, Bích nó 25 mà cũng còn như đứa con nít, giống hệt ba nó... *than thở*...Sơ sơ sắm Tết cũng đã mất bộn tiền rồi, nào đồ cúng, chai rượu XO, mà mình lại nghỉ việc chiều nay, may nhờ có Liên ra trông tiệm dùm... mà thôi, tiền nong không biết sao cho đủ, miễn là gia đình êm ấm, hai cha con nó vui là được... Cái tiệm nail của mình có người muốn hỏi sang, hay là bán đi cho rồi, bây giờ cũng đang ế, để xem Liên nó nói chuyện với người ta ra sao, có gì qua tiệm nó làm ở trong Mall đông khách, khỏi lo đủ thứ chuyện mà lại có nhiều thì giờ ở nhà, cơm nước cho hai cha con...

Có tiếng mở cửa, Bích bước vào ôm bó hoa và mấy túi đồ...

Bích:

- Bông con mua cúng này mẹ. Ba chưa về hả mẹ?

Lan:

cầm bó hoa trên tay con gái rồi đi vào bếp

- Để mẹ mang vô bếp cắt rồi cắm hoa, con lo sửa soạn bàn thờ đi...

Lan đi ra, Bích để đồ trên bàn rồi mang cái hộp đựng chai XO để khuất sau chân bàn thờ bên phải... xong bắt đầu xếp đặt trên bàn thờ, trái cây, mứt...

Lan ở trong nhà đi vào lại.

Lan:

- Ba tưởng mình không có cúng giao thừa nên chắc đi nhậu bên bác Châu rồi. Từ ngày qua đây Ba con hư lắm, động rảnh một chút là qua bác Châu nhậu nhẹt, không có biết lo làm ăn, kiếm tiền như người ta. Ba muốn ăn cái món chả cá Thăng Long nhưng lâu lắm mẹ không có thì giờ nấu, thôi để ngày mai mẹ nấu cho ba một bữa. Ba đâu có biết cái vụ có người muốn sang tiệm mình. Mẹ chưa có nói vì cái tính Ba làm gì cũng cứ bàn ra, không có biết tý nào về buôn bán hết, chỉ muốn mẹ ở nhà lo cơm nước, nhưng lương ba làm đâu có đủ trang trải, rồi tiền đâu để dành mua nhà. Kỳ này nếu họ chịu sang với giá cao, thì mình có tiền down mua căn nhà nhỏ cho gia đình mình... À mà con ơi, con với Long như thế nào vậy? Coi nó cũng hiền lành phải không Lan? Ba mẹ không có ý hối con đi lấy chồng nhưng chỉ lưu ý con là phải biết lựa chọn một chút nghe. Bên này trai thừa gái thiếu, mình tha hồ kén chọn nghe con.

Bích:

- Mẹ đừng có lo, con biết tính đời con mà: con muốn đi học cho có nghề nghiệp đâu ra đó rồi mới tính đến chuyện lấy chồng, mẹ ạ. Con với anh Long chỉ là bạn thôi, con cũng chưa biết rõ về Long lắm. Còn nghe nói anh ý chơi bời dữ lắm nên con cũng e ngại.

Hai mẹ con lo sửa soạn tiếp cái bàn thờ, bận rộn lăng xăng... Có tiếng gõ cửa, Bích ra mở rồi Long bước vào, ăn mặc sang trọng, như đi party.

Bích:

vẻ ngạc nhiên

- Anh Long, mời anh vô nhà. Anh đến có chuyện chi vậy đây?

Long:

vẻ sửng sờ

- Em quên là tuần rồi anh có rủ Bích đi party của sở anh sao?

Bích:

- Em chưa có quyết định đi. Mà đêm nay em thường lo phụ mẹ em làm bàn thờ... Hay là để khi khác, được không? Đêm nay anh ở nhà cúng giao thừa với gia đình em, - *quay lại hỏi Lan* - Phải không mẹ?

Lan:

- Được chứ, có sao đâu.

Long nghe nói vậy, chần chừ, ra vẻ không bằng lòng. Vừa lúc Liên mở cửa vào:

Liên:

đến gần Lan nói

- Chị Lan, chào Long. Bà Hùng mới ghé tiệm nói chuyện với em, họ có vẻ chịu giá cả chị muốn đó, vậy chị liên lạc tiếp đi nghe. Em ghé báo tin vậy, chìa khóa tiệm đây này. Từ hồi chiều chỉ có thêm hai người khách... em tính tiền với chị sau, nghen. Thôi em về lo cúng bên nhà - *ngước nhìn lên bàn thờ* - Bông chị mua đẹp quá, mua ở đâu vậy?

Lan:

- Bích nó mua ở Costco đó, rẻ thôi, nó đang sale. Chị cám ơn em nhé, để qua năm rồi tính. Có gì chị qua làm bên tiệm em, hai chị em mình cùng đi xe cho tiện. Rồi đây chị tính để con Bích nó đi học full - time. Ngày mai em qua ăn Tết với gia đình chị cho vui. Qua đây có mấy chị em, suốt năm đi làm lu bu, ít khi được dịp nghỉ ngơi, xum vầy...

Liên đến gần bàn thờ ngắm chậu hoa, rồi đi ra. Một chặp sau thì Vũ mở cửa bước vào, ngạc nhiên:

Vũ:

- Em, con, có cả Long nữa đây, vậy mà anh tưởng không cúng giao thừa! Anh mới thấy xe Liên vừa đi ra...Bàn thờ coi xôm tụ quá. Anh mới ghé anh Châu làm xong giấy tờ vay tiền cho Bích để nó kịp đi học khóa tới...Vui quá, đúng là không khí Tết ở bên nhà. À, Long ở đây đón giao thừa với gia đình bác nghe?

Long:

có vẻ không bằng lòng

- Không được bác ạ, cháu lỡ hẹn với tụi bạn rồi. Thôi cháu xin phép hai bác cháu phải đi cho kịp. - *quay về phía Bích để nói* - Anh đi nghe Bích.

Long vội vã đi ra thì vừa lúc Văn bước vào.

Văn:

- Long đi đâu mà gấp dữ vậy, như người chạy trốn? - *Nhìn lên bàn thờ khen* - Bàn thờ em bầy đẹp mắt quá, có hương vị Tết như bên nhà vậy. Anh chỉ ghé đưa chai XO tặng cho Vũ, thấy nó thèm cái chai này từ mấy bữa nay... Em để cho Vũ nó uống cho đã, một năm có một lần thôi, cũng không bao nhiêu tiền. Ai cũng để dành tiền như hai em thì kinh tế nước Mỹ chắc không phát triển được, phải có người mua mới có người làm chứ? Ngày mai Mùng Một anh qua xông nhà sớm đó. Năm nay tuổi anh tốt lắm. Thôi anh về đây.

Vũ đưa Văn ra cửa

Lan:

nói lớn, vẻ sửng sốt

- Anh Văn ơi, chờ một chút!

Bích và Lan ra bàn thờ lấy ra hai chai XO, để ở dưới hai chân bàn thờ, đưa ra cho mọi người xem.

Chợt tiếng điện thoại reng, Bích ra nghe. Trong lúc Lan và Vũ sắp hai chai rượu lên bàn thờ, đốt nến, hương nhang, bàn thờ trở nên sáng trưng. :

Bích:

nói chuyện điện thoại

- À cu Ty, cả nhà khỏe, cám ơn cháu... Bên nhà nhận tiền được rồi hả... cô đang bịnh? Rồi chị sẽ gọi em sau... (*cúp máy, xong quay lại nói với Vũ, Lan*) Cô Quỳnh nhận được tiền mẹ gửi rồi. Sao mẹ gửi nhiều quá vậy?

Vũ:

- Em vừa gửi tiền cho bên nhà anh hả, sao em nói mình đang kẹt?

Lan:

- Em cũng cố gắng chắt bóp được, còn chai rượu thì em mua cho anh mà Bích nó không biết nên cũng mua một chai nữa! Thôi nhé, vậy là anh có ba chai lận đó, đây là quà cho luôn ba năm. Mấy người bán rượu họ nói rượu này để càng lâu càng ngon, vậy mình khỏi lo mua mỗi năm. Ngày mai anh Văn qua thì mở cho hai anh em nhậu một chai cho đã. Em còn tính nấu chả cá Thăng Long cho hai anh nữa!

Cả nhà cùng cười. Văn bắt tay Vũ rồi vẫy chào đi ra. Ba cha con vợ chồng đứng chắp tay cúng trước bàn thờ... (nhạc bản "Ly rượu mừng của Phạm Đình Chương" trỗi lên rồi nhỏ lại). Tiếng nói của Vũ vang lên nhẹ:

"Xin tổ tiên, ông bà phù hộ cho gia đình chúng con được mọi sự an lành và tốt đẹp trong năm tới, chúng con xin hứa giữ gìn công trình người trước đã gầy công để lại, ... cuối cùng tình yêu sẽ thắng và sự tốt lành phải đến... sau cơn mưa trời lại sáng. "

Đèn sân khấu chiếu phía cửa sổ và mưa đã tạnh. Nhạc đệm nhỏ dần rồi dứt.

Hạ Màn, Hết.

MÀN CUỐI CỦA VỞ KỊCH

Thương thay thập loại chúng sinh
Hồn đơn phách chiếc lênh đênh quê người
Hương lửa đã không nơi nương tựa
 Hồn mồ côi lần lữa bấy niên...
(Nguyễn Du)

Khi còn bé nhỏ, khoảng độ năm sáu tuổi, tôi thường hay bị đau ốm luôn, gần như mỗi tháng lại lên cơn suyễn một lần, làm khó thở, đôi khi kèm theo cơn sốt, nghẹt mũi, nôn mửa...

Cứ mỗi lần bị như thế là tôi rất sợ bị nghẹt thở; và đôi khi, có lẽ trong cơn ác mộng, tôi mơ hồ thấy mình nằm bất động khiến người nhà tưởng đã chết rồi nên có lần tôi bị mang bỏ vào áo quan mang đi chôn, nhưng sau không biết làm sao đó tôi lại chợt tỉnh và thấy mình nằm trong đêm tối của áo quan và bị nghẹt thở quá, như sắp chết thật đến nơi rồi! Cái cảnh tượng này nó theo tôi đuổi khá lâu, thường làm tôi kinh hoàng và toát mồ hôi, bừng tỉnh dậy...

Cho đến khi lớn lên thì tự nhiên bệnh hen lại hết, và cơn ám ảnh đó cũng tan biến theo.

Đó là ý nghĩ non nớt đầu tiên của tôi về cái chết. Nhưng lúc đang tuổi thanh niên thì tôi ít nghĩ ngợi gì về cái chết, có lẽ vì còn đang lo vui chơi và tự nhủ rằng chết chỉ đến với người già cả mà thôi.

Còn đến khi lập gia đình và có tuổi, sự suy nghĩ về cái chết lại trở lại với tôi như một điều không thể nào tránh khỏi. Mà đúng vậy: ai tránh khỏi được cái chết!

Mỗi vở kịch đều có nhiều màn và nhiều cảnh nhưng màn cuối bao giờ cũng hấp dẫn, lôi cuốn khán giả nhất vì họ háo hức trông đợi để xem câu chuyện kết thúc ra sao: Có gì bất ngờ hay không, vui hay buồn. Vai chính sống hay chết. Hay nhiều khi nó chấm dứt một cách lãng xẹc.

Trái lại, nếu ta ví đời này như một vở kịch thì cái màn cuối cuộc đời - tức là cái chết của con người - lại là cả một bí ẩn to lớn, chẳng ai hay biết, vì đã có ai đã thật sự chết hẳn đi rồi sống lại đâu mà cho ta biết! Sau chết là gì, đi về đâu, linh hồn của mình có còn hay không. Ta đi lên thiên đàng hay xuống địa ngục, cũng có thể như thế nếu ta có niềm tin mãnh liệt của tôn giáo.

Nhưng đứng trước cái chết, có lẽ ai mà không băn khoăn, lo sợ, không tự hỏi ta sẽ đi về đâu, nơi đó ra sao, cõi âm là gì... hay là chẳng còn gì hết, chỉ là hư vô?!

Nếu con người không sợ chết thì chắc chắn sẽ dễ chết! Bản năng sinh tồn khiến ta phải sợ cái chết. Nhưng cái bản năng chung của tập đoàn có thể xui khiến ta không còn sợ chết nữa vì cá nhân cần hy sinh cho nòi giống được tồn tại. Đôi khi cá nhân không sợ chết cho mình mà sợ cho người khác, nên sẵn sàng hy sinh, như là các anh hùng xông pha trận mạc, vị tuẫn tiết vì lý tưởng. Họ đã chết để người khác được sống. Thà chết vinh còn hơn là sống nhục!

Cái khổ nhất trên đời là chứng kiến sự ra đi của người thân như đứa con nhỏ, người vợ, chồng thân yêu... có khi đau đớn hơn cả cái chết của chính mình! Theo các nhà sinh vật học thì nhiệm vụ duy nhất của loài người là duy trì nòi giống, làm sao cho sinh sôi nẩy nở càng nhiều càng tốt, chứ không phải là hưởng thụ, mặc dầu con người sống thì phải có được thú vị mới tồn tại (thử nghĩ nếu làm tình mà không thú vị thì ai mà còn muốn lấy vợ, lấy chồng nữa!)

Có lẽ con người không nên sống quá lâu, mà nên chết ngay sau khi sanh đẻ và nuôi con đủ lớn để tự túc!

Nghe sao mà thê thảm thế. Nhưng người ta còn sống lâu hơn để... chưa chết ngay. Có lẽ bản năng sinh tồn khiến ta tìm cách sống lâu hơn... nhưng oái ăm thay, càng sống lâu thì càng giảm cơ hội sống của người khác (giới hạn thực phẩm, điều kiện môi sinh...) [Bài này không phải bàn về triết học, tôn giáo hay khoa học, vì tôi không là một chuyên viên về gì hết, mà chỉ có vài tản mạn về cái chết để mua vui cho độc giả].

Phải chăng vì ai cũng sẽ chết mà con người biết sống hơn, tận hưởng thời gian ngắn ngủi trên cõi đời này hơn?

Đôi khi tôi (lẩm cẩm) tự hỏi là nếu chúng ta không bao giờ chết và sống mãi, không biết mình sẽ sống như thế nào? Xả láng ăn chơi hay tà tà thử mỗi thứ một tí? Lúc đó con người có còn bị khổ sở hay không? Cái khổ thì chắc vẫn còn, những cuộc sống thì chắc chắn thay đổi nhiều và trái đất sẽ chật ních người!

Thôi, đó chỉ là giả tưởng nghĩ đến cho vui mà thôi. Chứ ta thử tưởng tượng nếu bị đau gì đó mà kéo dài cả trăm năm thì cũng quả là rất khổ sở! Như vậy sống mãi chưa chắc là điều

may mắn cho con người. Nhiều người cho là vì mình sẽ chết
do đó mình biết sống, biết lựa chọn, tính toán thời gian ngắn
ngủi trên thế gian hơn. Có thể chúng ta sợ chết là vì tiếc nuối
những thú vui ở đời như ăn ngon, vợ đẹp, con khôn...Chết đi
là không còn gì nữa, là mất mát tất cả, nhưng trái lại các nhà
sư Phật Giáo dễ dàng chấp nhận cái chết vì họ cho là đời là bể
khổ, vô thường và con người sẽ còn đầu thai qua kiếp khác
nữa. Tương tự, các vị theo Thiên Chúa Giáo cũng sẵn sàng
chết vì như họ thường nói: "được Chúa gọi đi" Đôi khi cũng
có ngoại lệ: có người sợ sống, ghét sống hơn là chết vì vậy họ
tự tìm đến cái chết. Người ta cho tự tử là hèn nhất và bi quan,
trái lại tự giết mình không phải là dễ, và cần đến rất nhiều can
đảm và ý chí.

Sống như thế nào và chết lúc nào là quyền tự do lựa chọn
tối cao của con người: chấm dứt cuộc đời của mình, làm chủ
vận mệnh cá nhân mình. Vấn đề được lựa chọn chết
(euthanasia) khi bị đau đớn tận cùng hoặc trong cơn mê đã
tạo thành tranh luận nhiều phe phái ở Mỹ. Tại sao xã hội lại
có quyền xen vào quyền lựa chọn này, phải chăng vì ảnh
hưởng của tôn giáo và luân lý? Ai có quyền nhận danh bất cứ
gì để áp đặt vào một người đang bị đau đớn, bắt họ sống khi
đã vô vọng? Người ta còn tha sống cho một con vật khi hấp
hối (bắn chết con ngựa khi nó đã bị què chân vì không muốn
kéo dài cơn đau của nó) nhưng lại không cho con người
quyền chết nhanh chóng như vậy! Phe lên án quyền tự vẫn đã
nêu lý do là nếu để tự do quyết định sẽ đưa đến lạm dụng,
nghĩa là sẽ có rất nhiều người tự tử ồ ạt, không cần lý do
chính đáng. Nhưng luật bác sĩ được phép giúp những bệnh
nhân thập tử nhất sinh chết một cách êm ái được ban hành ở
Tiểu Bang Oregon đã chứng minh là lập luận này không đứng
vững, chẳng có ai tự tìm cái chết mà không đắn đó suy nghĩ.
Có lẽ ta nên đề nghị để ghi thêm vào bản Quốc Tế nhân quyền
cái quyền được tự quyết định chết trong danh dự và không bị

lên án. Ngạn ngữ Tây Tạng có câu: "ai cũng chết nhưng không có ai đã quá vãng". Nhiều người lúc đang sống vẫn lo sửa soạn cho cái chết, có lẽ họ nghĩ rằng khi chết sẽ được tiếc nuối và nhắc nhở đến, điều này an ủi phần nào khi nghĩ đến nơi hư vô lạnh lẽo của bên kia thế giới. Người nghệ sĩ muốn để lại tác phẩm vượt thời gian cho hậu thế thưởng thức mãi, nhà bác học có công trình được ứng dụng mọi nơi cho thế hệ sau, kẻ giàu sang thế lực thì để lại lâu đài tráng lệ, lăng tẩm đồ sộ... Tất cả chỉ vì đó là văn minh của loài người, đóng góp cho việc duy trì nhân loại, do công lao đó mà thế hệ sau có thể tồn tại và không chết hẳn như con vật...

Nhưng tại sao con người lại phải chết? Hay là tất cả mọi thứ trên thế gian đều phải chịu cảnh tiêu hao, hủy diệt, kể cả cục đá, con sông? À, như vậy tại vì thời gian làm thay đổi tất cả, con người sống từ trẻ đến già chứ không thể nào trẻ mãi không già, thời gian trôi đi mà không bao giờ trở lại:và chỉ trôi một chiều từ quá khứ tới tương lai, từ hôm nay đến ngày mai... Cho nên tất cả sẽ đều già đi, vũ trụ cũng già đi và sẽ bị hủy diệt, như con người sẽ già đi và chết. Nhà vật lý học người Anh, Stephen Hawkins (nổi tiếng được coi như kế vị Einstein) đã chứng minh là thời gian không có điểm khởi đầu và cũng không có kết thúc, nó đi xoay vòng, thành ra ông đã tuyên bố: "nếu vậy không có chỗ và không cần đến Thượng Đế". Nhiều người cho rằng vì ông đã phủ nhận Thượng đế mà đã bị bà vợ trước rất ngoan đạo, cho ly dị.

Sống bao gồm cả sự chết vì chết là phần chót của cuộc sống, nhưng thường ta lại không quan tâm đến chết bằng sống, nhất là khi mình còn đang tuổi hai mươi, nào có nghĩ chi đến cái chết xa vời, chỉ khi ta đã nhiều tuổi và cảm thấy không còn sống bao lâu nữa thì cái chết lại đến ám ảnh... Nhưng dù cho lý trí đã khẳng định chết sẽ đến với mọi người, nhưng ai mà không bám víu lấy cuộc sống vì nó đã định nghĩa cá nhân mình, như ta đã mặc cái áo, đóng cái vai cả đời rồi bây giờ đến lúc phải cởi ra và trở nên trần truồng, coi sao được, nó trống trải và lạnh lẽo: Ta không còn là ta nữa! Bi đát thay, không phải cái chết nào cũng đến cho chúng ta một cách nhanh chóng, bất ngờ, dễ dàng mà thường là kéo dài sau cơn bệnh tật, đau đớn, yếu mòn... Vào cái giờ phút lâm chung, cái màn cuối của vở kịch đời, mỗi người đều có phản ứng khác nhau, chấp nhận hay ray rứt, đau đớn hay bình thản... Nhưng dù sao sự ra đi của ai đó cũng mang đến tiếc nuối, đau buồn cho kẻ ở lại. Giờ này, chỉ mong cho kẻ ra đi được mặc cái áo mới tốt đẹp hơn, nghĩa là trong vở kịch tới, được đóng một vai nhàn hạ, sung sướng, cao sang hơn hoặc sẽ đến một nơi an lành hơn.

Khi đã hạ màn rồi thì ai cũng chạm trán với thực tế: cuộc đời vẫn trôi, con người vẫn sống và sẽ chết, kịch lại bắt đầu vở mới, khán giả lại hồi hộp chờ đợi màn cuối.

PHỤ LỤC

Mấy đoạn văn cũ của tác giả đã được đăng trên:

Nguyệt San Bộ Binh số 37, 1969 (Trường Bộ Binh Thủ Đức)

Mục *"Lan Hàm Tiếu"*, nhiều số, Nguyệt San Văn Hóa Ngày Nay, 1958-59

Bộ - Binh

37

hạnh phúc nhỏ nhoi nhưng tràn đầy ! Chào mừng hạnh phúc tìm thấy ! Ôi, đã bao lần tôi đặt lưng xuống giường nhưng đã bao lần tôi có được niềm hạnh phúc này ?

Nằm dang thẳng hai tay và nghe từng đường gân thở phào khoan khoái. Nằm duỗi thẳng hai chân và nghe từng thớ thịt đứng dậy vươn vai. Vậy mà trong ngày đầu đã bao lần tôi muốn sỉu. Vậy mà trong ngày đầu đã mấy lần tôi muốn nằm lăn ra đất, không cựa quậy gì. Như không còn một chút sức lực. Như không thể chịu đựng được hơn. Nhưng tôi vẫn chạy, đứng được, đi được... cho đến bây giờ. Sức lực tôi tiềm tàng nhiều vậy sao ? Sức chịu đựng của tôi dẻo dai vậy sao ? Tôi tự hào được chứ ? Tôi tự tin được chứ ? Người ta trưởng thành lớn, mạnh bằng những gian khổ khắc phục được, phải không ?

NGUYỄN NGỌC LÊ

làm quen

THẬT không thể nào tưởng tượng được là chỉ 1 ngày, 24 giờ chẵn có mặt ở Saigon sao nó quý đến thế ! Thật không thể hiểu nổi là sao trong bao nhiêu năm ròng rã sống ở thành phố ấy, có khi, nào tôi chú ý đến sự có mặt của mình ở Saigon đâu ? Có một giây nào tôi thấy lưu luyến gì ở thành phố đầy ồn ào, bụi bậm xe cộ này ?

Có lẽ tuy sống ở Saigon rất lâu, kể cả tuổi thơ ấu của mình, không 1 lúc nào tôi có thể coi như đó là quê của tôi. Luôn luôn trong đầu óc tôi hình ảnh miền

100

quê của tôi phải là nơi có cánh đồng mộng, có lũy tre xanh, có giòng sông để hóng mát những buổi chiều, và nhất là phải để lại rất nhiều kỷ niệm.

Kỷ niệm của những ngày xanh, kỷ niệm của mối tình đầu.

Thế nhưng ở đây có những đêm ứng chiến là leo lên vọng gác nhìn về phía xa lộ, Saigon là cả vùng lấp lánh ánh đèn đầy hấp dẫn!

Phép là đề tài rất thường gặp trong các cuộc tán gẫu phép quan trọng đến nỗi các SVSQ cho rằng nếu tuần lễ nào cũng có phép thì đời sống quân trường qua rất mau và thời gian cứ tà tà trôi đi cho đến ngày ra trường.

Đơn vị thời gian cũng rất khác biệt ở ngoài, nó không thể tính theo lối thông thường bằng ngày, bằng giờ, bằng phút mà trái lại nó biến đổi rất thất thường. Ví dụ như 1 ngày ở quân trường qua rất mau, thường không ai để ý là ngày hôm nay ngày bao nhiêu tháng mấy vì như vậy không có ích lợi gì, bởi vì ngày nào cũng tương tự như ngày ấy: Sáng cùng dậy năm giờ, tập thể thao, cùng chạy, cùng đi học v.v.. Nhưng trái

101

Lại tuần lễ thì trôi qua rất chậm và chính tuần lễ mới là đơn vị thời gian ở đây : cái gì cũng tính theo tuần : 5 tuần thì gắn alpha, 15 tuần ra trường.

Hôm đầu tiên bước chân vào đây cũng chính là ngày mong ra khỏi trường nhất. Những ngày đầu tiên là những ngày mệt nhọc nhất. Nhưng rồi tất cả cùng qua đi và quen dần như một câu tục ngữ của nhà binh thường nói : «Vào lính các bạn sẽ làm được tất cả mọi việc mà cấp trên đòi hỏi và các bạn sẽ ngạc nhiên khi làm được nhiều chuyện mà chính bạn không ngờ là làm nổi.»

Dù sao chăng nữa, cùng gần ngày ra trường, các SVSQ càng có nhiều luyến tiếc đối với ngôi trường Mẹ.

Rồi mai đây, tất cả đều phải chia tay nhau để mỗi người ở 1 nơi trên khắp các ngỏ đường của quê hương. Chúng tôi không có lấy một Hội ái hữu gì để có dịp gặp gỡ lại nhau.

Có lẽ cho đến một ngày nào đó, trên trang sau của tờ báo sẽ đăng tên của một trong bọn chúng tôi thì đó là dòng chữ cuối cùng ghi lại cho những người còn ở lại.

NGUYỄN TƯỜNG CƯỜNG

bóng mát

TRANG nhật lệnh được lập lại ngần ấy câu ngần ấy từ ngữ vào mỗi trưa thứ sáu hằng tuần trước hàng quân đại đội, là bóng mát cho tôi núp để tránh cơn nắng gắt ngạt mũi ngoài bãi tập là ghế nệm êm cho tôi ngồi nghỉ khỏi phải cặm cành cây lá lên người ôm súng chạy tập dượt qua lùm cây mô đất mương rãnh và khỏi tốn mấy chục đồng cho nhà giặt ủi tẩy lớp mồ hôi vẽ «vòng cao độ» trên lưng áo—..

102

LAN HÀM TIẾU

LỜI DẶN CÁC EM

Cần nhất là các em đừng sợ mình viết sai mẹo, đừng có gò gẫm câu văn, hay dùng những câu văn và kêu, văn hoa kiểu cách như khi viết văn ở trường học. Câu văn hay sai cũng là cái phụ. Lời dặn các em đây cũng như lời dặn các người lớn muốn viết văn trong cuốn Viết và Đọc Tiểu-Thuyết, mục « Văn chương trong tiểu thuyết » (không bao lâu nữa sẽ đăng rồi) — Cần nhất là các em thành thực, có một lối nhìn đời khác lạ, những nhận xét ngộ nghĩnh hay tế nhị. Có được những cái hay là các em đã có cái chính rồi ; đọc văn hay chính là nhờ ở những cái đã chứ không phải ở lời văn, câu văn. Bởi vì văn chỉ là . . . nhưng thôi, tôi tạm ngừng vì tôi chợt nghĩ ra là đương nói với các em trên dưới mười tuổi.

NHẤT-LINH

Em Tường - Cường
(11 tuổi)

CHỊ CỦA BẠN TÔI

Nửa tiếng nữa, vào học. Trời lạnh đứng bên cạnh bờ hè, nhìn xe cộ cho thú mắt. Cũng là để chờ bạn nữa. Thình lình một xe hơi tiến từ tối, từ từ đậu vào lề đường ; nhìn kỹ thì ra là bạn tôi, một cậu học trò ngoan ngoãn ; nhìn hàng ghế sau, chị nó, một cô con gái trạc mười chín tuổi nắm chặt lấy một bông hoa mới nở.

Thấy tôi nhìn, chị nó cười. Cô ta hình như tươi hẳn lên, mặt hơi dài, mũi hơi cong vì cười ; trên trán trắng, tóc đen để xòa quá vai. Cô ta có duyên, không biết vì gì mà cô ta có duyên. Mặt lúc khi tôi đã ngắm cô ta hơi lâu thì biết vì ở má cô ta có một cái nốt ruồi nên trông cô ta rất có duyên.

Cô ta đưa tay cầm bông hoa hồng hơi đỡ trên mái tóc đen nên bông hoa nổi lên một vẻ đẹp kỳ dị. Xe từ từ rời tôi ; cô ta vẫy tôi và cười như hoa nở, giống bông hoa hồng.

Mười giờ chúng tôi tan học, tôi lại ra đứng bờ hè chơi, tôi nhận thấy xe hơi hồi sáng đã đậu bên kia, lại

78

có chị nó ở trong xe. Tôi nhìn cô ta rất lâu ; cô ta quay mặt lại phía tôi và vẫy tôi, cười một cái. Tôi nhảy qua đường, ghé vào cửa kính thì cô đã mở mồm nói « e lên đây, nhà em ở đâu, chị đưa về cho ». Tôi cười, cô ta nở một nụ cười để trả lời nụ cười của tôi một cách mới mẻ. Tiếng mở cửa làm tôi để ý đến cô ta thêm nữa, tay cô xinh xắn nắm lấy cánh cửa rồi mở từ từ. Tôi nhìn; cô ta có vẻ ngạc nhiên khi thấy thế. Lúc đó tôi không để ý đến cậu bạn thân mến nữa vì cậu ta ngồi ghế trên với chủ tài. Cô ta chồm lên trên hàng ghế trên, quay cái nút ; tự nhiên tiếng nhạc vang vang nổi lên trong im lặng.

Gần đến nhà tôi rồi, tôi lo lắng vì mình không được nghe tiếng nhạc nữa. Hai tay nhỏ bé của cô ta giơ lên và từ từ rất khéo mới lôi được cái bông hoa xinh xinh. Lôi ra được rồi cô ta cười một cái, có vẻ mặt công lắm. Tôi nhìn, ngạc nhiên khi thấy cô ta đưa tôi và biểu tôi.

.•.

Chiều nắng vàng chiều xuống cả rồi phản chiếu lại tôi. Kiểm mãi thì mới thấy bông hoa của cô ta tặng. Moi hoa đưa dịu dàng lên mũi tôi. Bông hoa héo mà vẫn thơm.

Tôi thử hỏi nhà cậu bạn ở đâu để lại thăm.

TƯỜNG CƯỜNG

XEM BẢNG THI

Trời đã lạnh lại còn những cơn gió lạnh từ từ ngấm vào người. Chân tay nổi lên những hạt năm hè ; vuốt ve, hạt năm lại chìm trong thịt một lúc, khi gió lạnh thổi, năm lại nổi lên. Đường vàng hẳn đi vì rét, rét nhưng chưa có tuyết mà đã lạnh rồi ; bên Pháp còn lạnh nữa vì rằng là đối

với Việt-Nam thì lạnh nhưng đối với Tây, thì ăn thua gì với nó. Tôi chợt nghĩ đến chị bạn tôi, mai có bảng rồi nếu đỗ thì lại chơi còn nếu trượt thì tỉnh sao ; suốt gần đến một tuần tôi khó ngủ vì cứ nghĩ đến việc thi. Đúng tám giờ chiều thứ sáu lại trước cổng trường, nhìn qua hàng rào thấy ở trong là một cái bảng, vội chạy vào xem, mãi không thấy tên mình đâu vì đổi vào mà mình đứng hàng đầu. Tôi cúi đầu hết hy vọng rồi. Mình xem hàng trên xem. Chợt trong đó có tên thì, hạng nhì, mừng quá về ngay, không có lôi thôi.

Về đến nhà không cần nói là mình đỗ, chỉ cần phải cười ra là đủ.

TƯỜNG CƯỜNG

Em Trương Kim Anh
(12 Tuổi)

Ở VẬY

Em Vân đang ngồi học sử ký em học đến chỗ người Pháp sang đô hộ nước ta và làm cho ta khổ sở. Em bỗng ngừng đầu lên hỏi bố em :

— Bố ơi, tại sao Pháp lại đô hộ nước ta và làm cho dân ta khổ sở, nghèo đói hả bố ?

Người bố trả lời :

— Tại vì họ thấy nước ta rộng và có nhiều của cải nên họ sang lấy.

Em có vẻ suy nghĩ rồi nói :

— Thế họ có nước họ rồi thì lại còn lấy nước người ta làm chi để rồi họ làm cho dân ta nghèo đói lồ hả ; con thì không bao giờ con đi lấy nước người ta đâu, con ở vậy, hả.

TRƯƠNG KIM ANH

79

LỜI TRẺ

CÁC MÀU TRẮNG, ĐEN
và CÀ-PHÊ SỮA

Lần đầu tiên bố dẫn mấy đứa con về quê và ra cánh đồng chơi. Thấy các con nhìn chăm chú một đàn bò đang ăn cỏ, bố chỉ vào một con bò và giảng :

— Sữa con vẫn ăn, người ta lấy ở con bò kia kìa, con bò trắng đứng ở cạnh bụi cây găng ấy mà.

Một đứa nói :

— Con biết rồi : À ra người ta lấy sữa ở con bò trắng.

Một đứa khác chỉ tay vào một con bò đen rồi nói tiếp luôn :

— Còn con bò đen kia hả bố, chắc là nó cho chúng mình cà-phê.

Người bố mỉm cười khi nhìn một con bò loang đen trắng và nghĩ tới ly cà-phê sữa sáng sáng vẫn uống.

Em Tường–Cường
(11 tuổi)
CHỒNG CỦA CHỊ TÔI

Thình lình những tiếng cười vang vang ở ngoài, rồi lẫn đến tai tôi một cách rõ ràng :

Chồng của chị tôi một người đã từng chữa bệnh cho tôi, vì thế, khi nào tôi đến anh có cái công nặng nề.

Anh ta đứng đắn, vốn người cao lớn, anh ta hay nói mỉa và câu rồi cười làm tôi ngượng lắm.

Tôi người con út, nên mỗi khi ăn cơm, anh ấy hay nói đến tôi cho cả nhà cười, nhưng tôi vẫn thản nhiên chỉ cười rồi tiếp tục miếng ăn, lâu lâu lại như thế.

Chàng cũng nhiều khi nói chuyện với anh tôi, khi nói xong nhìn lạ tôi rồi cười có vẻ lạ lùng.

Chàng hay bắt tôi đưa nước lạnh cho chàng uống rồi lại lừ tôi đi vì vậy mà tôi hơi ghét chàng về việc đó,

TƯỜNG CƯỜNG

CON LY-KY

Từ khi dọn nhà, con Ly-ky vẫn nằm ngồi trên tấm ván bằng gỗ hay chỗ chùi chân ở trước nhà. Nó yên lặng nằm im không để ý đến việc ở ngoài ; lâu lâu nó thở dài, có vẻ buồn bã. Từ khi ở xóm cũ nó còn vui, đi chơi, sủa làm ý, nay nó nằm im ; đến bữa ăn nó đi từ từ ra hứng từng miếng cơm, xong rồi đi vào nằm xuống, thở một cái rồi ngủ luôn.

Sau vài tuần lâu lâu phần nhiều buổi trưa con Ly-ky dòm đến ra sau nhà nhảy qua cửa sổ và đi đến chiều về nằm ngủ. Trong mấy ngày tiếp nó gầy lại, dáng đi nhẹ nhàng một mối trông bộ lừ dừ, như không muốn làm gì nữa, cũng như chó về già. Nhưng nó mới có một năm mà sao già? Khi còn ở bên kia nó vui vẻ, nhanh nhẹn, khỏe khoắn ; nó có một dáng điệu vui tươi, như nó sắp có cái gì sẽ được, mà nó chơi đùa vui vẻ, dễ mong đến kỳ. Ở xóm cũ, con Ly-ky chơi thân với con Tô-bi đã lâu nên nó có vẻ buồn khi dọn nhà ; nó buồn vì nhớ bạn. Xóm cũ đó rất nhiều chó ; làm khi các người lạ đặt chân trên xóm là một đàn độ bốn con chạy ra, cũng có khi bảy, tám con chạy ra sủa làm ý làm cho mọi người đều sợ xóm đó ; người ta cũng có nói xóm đó là xóm chó.

Nhiều tối, khi ánh trăng còn lờ mờ, trên tấm gỗ không thấy nó ; nó đi ra cổng sau, đứng lên và sủa ; nó sủa dài lâu lâu, ngừng đầu lên nhìn ánh trăng và tiếp tục sủa.

Chiều hôm sau, cả nhà bàn chuyện về nó ; có người nói rằng cho nó đi, cũng có người nói để cho xe bắt chó bắt nó đi. Cái điều tốt nhất là kiếm thêm một con chó nữa rồi xem ra sao.

Trưa hôm đó trời mùa hạ nắng trong trong. Tân ngồi đợi đi lấy chó về ; Tân vui vui, mà cái vui chỉ thoáng mờ mờ, như là nó sắp in vào người nó, nó nghĩ sẽ lấy chó lông xù hay lông ngắn, chó Tây hay chó Ta.

Xe vừa về, Tân chạy ra xem con chó nằm trong cái bị ; nó mới đẻ, màu sửa xám, nó to tướng, nặng nề và cũng còn non mới đẻ, nó hiền lành, Tân khẽ đưa tay vuốt đầu nó, nó cong tai như chịu Tân làm chủ. Vào đến nhà con Ly-ky ra chồm lên người Tân, hửi những lông của con kia, rồi Tân để trên bàn. Nó nằm yên, hai tai to tướng cụp xuống, nó yên lặng.

Hai con sống với nhau, dần dần cũng quen nhau và chơi vui vẻ với nhau.

Vài hôm sau, người ở lại xách về một con nữa, con này hay liếm nên đặt tên nó là « Mi-mi » còn con thứ nhì là « Lac » và « Ly-ky » ba con sống trong cảnh gia đình đến nay.

Ba con sống êm đềm và vui vẻ.

Mỗi lần tắm cũng thế, con bé nhất tắm thứ nhất, con thứ nhì tắm thứ nhì và con thứ ba tắm thứ ba.

TƯỜNG-CƯỜNG

Em Kim-Liên

Phan-thiết ngày 8-8-1958

Bác Nhất-Linh !

Cháu Kim-Liên đây. Cháu nhận được dây thép của bác lúc 11 giờ ngày 7.

Cháu ngạc nhiên quá ; lúc đó cháu sắp dùng cơm, cháu nhìn ông đưa thư từ đầu đến chân, thoảng

chị mà chết thì chết tôi

TRẦN-VĂN-TỊCH

DUNG đã lo lắng nhiều về công nợ lại bị trận ốm nặng kéo dài đến hơn một tuần mà không có tiền chữa thuốc nên mỗi ngày một nguy kịch. Hôm nay sau một lúc nằm lo nghĩ miên man, Dung thiếp đi lúc nào không biết. Khi chợt tỉnh dậy, Dung ngạc nhiên thấy có một người mà Dung biết ngay là bác-sĩ đương coi mạch nghe bệnh cho mình. Bên cạnh có bà Phúc đứng im lặng nhìn bác-sĩ, vẻ băn khoăn hiện ra nét mặt.

Sau khi bác-sĩ tiêm cho Dung một phát thuốc và cho đơn, Dung thấy bà Phúc móc ví ra trả tiền bác-sĩ, rồi quay lại bảo Dung :

— Chị cứ yên tâm nằm nghỉ, để tôi đi mua thuốc về cho chị uống. Bác - sĩ bảo bệnh tuy nặng, nhưng nếu chữa chạy đúng cách và biết giữ gìn thì chỉ ba tuần lễ là khỏi. Nhưng khỏi rồi vẫn phải kiêng chị đừng vội ăn cơm hoặc các chất đặc khác, bệnh quay trở lại thì khốn đấy.

Trong những ngày còn nằm trên giường bệnh Dung cứ nghĩ đến là Phúc đã giúp đỡ cho mình như thế, mà cảm động đến ứa nước mắt. Dung không ngờ rằng người Dung vẫn thường ghét cay ghét đắng và rủa thầm nọ kia lại có lòng nhân đạo, bác sĩ như thế. Dung hối hận đã hiểu lầm bạn, hiểu lầm ân nhân của mình. Dung tự thẹn và hứa từ nay sẽ không xét đoán người một cách nhẹ dạ như trước nữa.

Một hôm bệnh đã khá thuyên giảm, thấy bà Phúc đến thăm, Dung nghẹn ngào nói trong nước mắt :

— Chị thực là . . . tử tế quá . . . Em thiếu tiền của chị, chị đã không đòi hỏi . . . lại còn mời bác-sĩ săn sóc thuốc thang cho em . . . Ơn ấy em biết lấy gì trả chị ! Không có chị chắc em chết mất . . .

Bà Phúc thở dài một cái :

— Ơn mấy huệ gì. Sốt cả ruột ! Chị cứ uống thuốc đi cho chóng khỏi rồi lại làm ăn buôn bán kiếm tiền trả tôi. Còn những mười mấy vạn bạc nợ của tôi chứ ít à, ấy là chưa nói đến tiền thuốc tiền men tôi ứng ra từ ngày nọ đến giờ. Chị mà chết thì chết tôi !

Lan
HÀM TIẾU

Em Tường — Cường
(11 tuổi)

PHỐ VẮNG

Tôi ngồi dưới gốc cây, gió thổi vi-vu bên tai tôi ; trên kia mỗi khi một con gió đi qua là những tiếng reo đổ xuống tai tôi như tôi cảm thấy đang ngồi cạnh một cái thác mà nước từ trên đổ xuống ào-ào ! cây ấy là một cây cao vút lên trên trời. Tôi ngồi ở dưới đấy, cảm thấy thảnh thơi nhẹ-nhàng như mình đang mơ đến một cô gái trời đẹp đang quạt tôi và nói bên tai tôi như từng cơn gió và tiếng reo của cây.

Tôi rất ưa thích phố vắng vì tôi cảm thấy tôi cô độc. Tôi đi từ từ trên bờ hè nghe rõ từng bước chân của mình ; ngoài ra còn nghe thấy cái vắng im lìm của phố vắng. Tôi ngồi xuống ven bờ hè, nhìn kỹ cái phố vắng, cảm thấy rung sướng. Tiếng gió lại bắt đầu nổi lên ; những cành cây rung-rinh. Con đường loang-loáng chạy dã ra đến gốc một con đường khác ; ở đường ấy lâu lâu vài cái ô-tô chạy ào qua làm rung động cả phố-vắng.

Nhà tôi cũng ở gần đấy ; nhà tôi cũng thế, cũng được nghe cái im lặng đó và cũng nghe được tiếng reo của lá cây. Buổi trưa nào tôi cũng không ngủ để nghe cái im lặng đó và tôi thấy vui trong lòng.

TƯỜNG CƯỜNG

Em Phạm — ngọc — Châu
(9 tuổi)

CON MÈO CỦA EM

Trong các thú vui, em chỉ thích đùa với con mèo mướp hơn cả. Lông nó mượt. Cầm bộ ria mép mà giở ra để xem hàm răng chút xíu thì thích lạ. Mũi kia, trên con mắt mơ màng ấy cũng có râu. Em nghĩ là râu môi đáng vì nó có mọc lỗi đâu mà phải dùng đến lông mày. Đôi mắt nó trong suốt. Hai cái chấm đen trong con mắt, mỗi lần Mèo ra nắng thì dài hẳn ra giống như hai

121

Tiểu Sử

 Nhà văn Ngọc Cường tên thật là Nguyễn Tường Cường sinh năm 1947 tại Hà-Nội. Bốn năm sau theo gia đình vào Nam sinh sống. Lớn lên và đi học ở Sài-Gòn. Tình nguyện nhập ngũ khóa 8/68 Võ Bị Thủ Đức. Từng phục vụ các đơn vị : Tiểu Đoàn 20 Chiến Tranh Chính Trị (Quân Đoàn II), Nha Báo Chí Phủ Phó Tổng Thống, Cục Tâm Lý Chiến QLVNCH.

Sau 75, bị giam ở các Trại Tù : Trảng Lớn, Long Khánh, Long Giao, Yên Bái, Phong Quang và Vĩnh Quang.

Vượt biên và định cư ở Ohio từ năm 1981. Đã về hưu sau 25 năm làm công chức chính quyền địa phương.

Lập gia đình năm 1974 và có năm con. Mất một người con năm 1979 khi đang bị giam giữ ở Vĩnh Phú (để tưởng nhớ đứa con xấu số, đã ghép tên con là Bích-Ngọc và tên mình thành bút hiệu Ngọc-Cường)

Từ năm 2011, đã có bài được chọn đang trên trang Quán Văn báo Người Việt. Bèo Giạt là tác phẩm đầu tay của tác giả.

www.ingramcontent.com/pod-product-compliance
Lightning Source LLC
Chambersburg PA
CBHW021220260626
47172CB00002B/517